எல்லாருக்கும் வணக்கம்!

(நிமிர்ந்து நில்-2)

கோபிநாத்

நக்கீரன் வெளியீடு

எல்லாருக்கும் வணக்கம்
நிமிர்ந்து நில் - 2

கோபிநாத்

முதல் பதிப்பு 2015
இரண்டாம் பதிப்பு 2016
பக்கங்கள் 136
நூலின் அளவு (14X21.5) டெமி
விலை ரூ.160/-

வெளியீடு
நக்கீரன் பப்ளிகேஷன்ஸ்
105, ஜானி ஜான்கான் சாலை
இராயப்பேட்டை
சென்னை 14
தொடர்புக்கு 044 43993000

அட்டை வடிவமைப்பு
ஆர்.சி.மதிராஜ்
உள் ஓவியங்கள்
ஸ்யாம்

நூலழகு
துரை.கணேசன்

கட்டமைப்பு
ஆர்.எஸ்.பைண்டர்ஸ்
சென்னை 5

அச்சாக்கம்
சாருபிரபா பிரிண்டர்ஸ்
சென்னை 14

ELLARUKKUM VANAKKAM
Nimirnthu Nil-2

Gobinath

First Edition 2015
Second Edition 2016
Pages 136
Book Size (14X21.5) Demy
Price Rs. 160/-

Published by
Nakkheeran Publications
105, Jani JahanKhan Road
Royapettah, Chennai 14
Ph 044 43993000

Wrapper Designed by
R.C.Mathiraj

Inner illustrations by
Shyam

Layout by
Durai.Ganesan

Binding by
R.S.Binding Works
Chennai 5

Printed at
Saaruprabha Printers
Chennai 14

ISBN : 978-93-85125-11-9

சமர்ப்பணம்
பெரியம்மாவுக்கும்
சித்திகளுக்கும்!

அரிய வாய்ப்பு!

எல்லோருக்கும் வணக்கம்... நக்கீரன் இதழில் நான் எழுதி, தொடராக வெளிவந்த 'நிமிர்ந்து நில்' கட்டுரைகளின் இரண்டாம் பாகம்தான் இந்த 'எல்லாருக்கும் வணக்கம்.' 'நிமிர்ந்து நில் முதல் பாக'த்திற்கு நீங்கள் கொடுத்துக்கொண்டிருக்கும் வரவேற்புக்கு முதலில் என் நெஞ்சார்ந்த நன்றிகள்.

இந்தத் தொடர் முழுவதும் ஒரு சாமானியனாக நின்று இந்த சமூகத்தைக் கவனித்ததன் பிரதிபலிப்பையே கட்டுரை களாக்கினேன். நாம் கவனிக்காத, ஆழ்ந்து கவனிக்க வேண்டிய பல வேண்டிய பல விஷயங்களை 'நிமிர்ந்து நில்' தொடர் எனக்கு அறிமுகப்படுத்தியது.

நம்மையறியாமல் நடந்துகொண்டிருக்கும் முரண்பாடுகளைப் படித்துக் கொள்ளவும், அதை சுட்டிக்காட்டவும் கிடைத்த வாய்ப்பாக 'நிமிர்ந்து நில்' அமைந்தது. தொழில் நுட்பத்தில் வளர்கிறோம், தொலை நோக்குப் பார்வையில் சுருங்கிவிடுகிறோம்

- அறிவு விரிந்து கிடக்கிறது, அறம் செத்து விழுகிறது
- தொடர்பு கொள்ளும் தூரம் குறைந்துவிட்டது
- உறவுகளோ தொடர்பற்று நிற்கின்றன. இப்படியான வளரும் சமூகத்தின் மாற்றங்களை, அடிக்கோடிட்டுச் சொல்லக் கிடைத்த இந்த அரிய வாய்ப்புக்காக நக்கீரனுக்கு நன்றி சொல்லிக் கொள்கிறோம்.

மிகவும் நுணுக்கமான தலைப்புகளை சுதந்திரமாக எழுத அனுமதித்ததோடு, அதை ஒரு சரியான விமர்சகராக நின்று கருத்துக்களைப் பரிமாறிக் கொண்ட நக்கீரன் ஆசிரியர் அண்ணன் கோபால் அவர்களுக்கு என் அன்பு நன்றி. அதேபோல் நக்கீரனில் நான் தொடர் எழுதுவதற்கு, அண்ணன் கோபாலின் ஆலோசனைப்படி என்னைத் தொடர்ந்து சந்தித்து நட்பு பாராட்டிய அண்ணன் ஆறாவயல் பெரியய்யாவுக்கு நன்றிகள். என்னென்ன மாதிரியான விஷயங்களை எழுதுவதன் மூலம், தொடர் மேலும் கவனிக்கப்படும் என்பதை அவ்வப்போது அறிவுறுத்தி வழிநடத்திய பரமேஸ்வரன் அவர்களுக்கும், ஓவியத்தைப் பார்த்தவுடனேயே இந்தக் கட்டுரையைப் படிக்க வேண்டும் என்ற எண்ணத்தை தூண்டிய ஓவியர் திரு.ஸ்யாம் அவர்களுக்கும், நக்கீரனில் பணிபுரியும் அனைத்து நண்பர்களுக்கும் மனமார்ந்த நன்றிகள்.

'நிமிர்ந்து நில் பாகம்-1'-ஐ போலவே 'எல்லாருக்கும் நன்றி' எல்லோராலும் வரவேற்கப்படும் என்று எதிர்பார்க்கிறேன். எப்போதும் தங்கள் அன்பால் என்னை வழிநடத்தும் வாசக நெஞ்சங்களுக்கு கோபிநாத்தின் நெஞ்சார்ந்த நன்றிகள்.

-அன்புடன்
கோபிநாத்

தன்னம்பிக்கைத் தம்பி!

மக்கள் ரசனையைப் புரிந்துகொண்டு அவர்களை ஈர்க்கும் வகையில் தங்களுடைய கருத்துகளை சொல்லத் தெரிந்தவர்கள் ஜெயிக்கிறார்கள். தம்பி கோபிநாத் அந்த ரசனையை அறிந்த வெற்றியாளர். தமிழ்நாட்டிலும் பிற மாநிலங்களிலும் வெளிநாடுகளிலும் வாழும் தமிழர்களைக் கவர்ந்தவர். விஜய் டி.வியின் நீயா-நானா நிகழ்ச்சியின் முகமாகவும் முகவரியாகவும் இருந்து ஒவ்வொரு வீட்டின் கூடத்திற்கும் சென்று தமிழர்களை சந்தித்துக் கொண்டிருக்கிறார். நீயா-நானா நிகழ்ச்சித் தயாரிப்பு டீமின் தலைவர், அதன் இயக்குநர் தம்பி ஆண்டனி, அந்தக் குழுவினர் அத்தனை பேரும் திறமையானவர்கள். அவர்களின் ஆற்றலை மக்களின் மொழியில் வெளிப்படுத்தும் திறமை சாலிதான் தம்பி கோபிநாத்.

எதார்த்தமாக வாழ்வதும் செயல்படுவதும்தான் மக்களின் நம்பிக்கையைப் பெறும். தொலைக்காட்சி நிகழ்ச்சிகளை தம்பி கோபிநாத் நடத்தும் முறையைப் பார்த்தவர்களுக்கு அவரது எதார்த்தமான அணுகுமுறை நன்றாகத் தெரியும். நிகழ்ச்சியில் பங்கேற்கும் எல்லோருக்கும் தங்கள் கைக்கு மைக் எப்போது வரும், தங்களின் கருத்துகளை எப்போது சொல்ல முடியும் என்ற எதிர்பார்ப்பு இருக்கும். அதனைப் புரிந்துகொண்டு, அந்த பரபரப்பான விவாத நேரத்திற்கு நடுவிலும் எல்லோர் கைக்கும் மைக் செல்லும்படியும், அவர்கள் தங்கள் கருத்துகளை சொல்லும்படியும் திறமையாகச் செயல்படுவார் தம்பி கோபிநாத்.

சினிமா நட்சத்திரங்கள் பங்கேற்கும் விருது வழங்கும் நிகழ்ச்சியாக இருந்தாலும், வேறு எந்த வகையான மேடை நிகழ்ச்சியாக இருந்தாலும் பிரபலங்கள் முதல் பாமரர்கள் வரை தம்பி கோபிநாத்தின் நிகழ்ச்சித் தொகுப்பு முறையை ரசித்துப் பாராட்டாமல் இருக்கமாட்டார்கள். கல்லூரிகளில் அவருக்கு ரசிகர் வட்டம் இருக்கிறது. பொது இடங்களில் அவரது நிகழ்ச்சிகளை பாராட்டிப் பேசுபவர்கள் இருக்கிறார்கள். இவையனைத்தும் அவரது உழைப்பு தந்த வெற்றியின் அடையாளம்.

அந்த வெற்றியின் சூத்திரத்தைத் தன்னைப் போன்ற இளைஞர்களுக்கும், புதிய தலைமுறையினருக்கும் சொல்லித் தருவதற்கு மனது வேண்டும். அதைத்தான் நக்கீரன் வாரமிருமுறை

இதழ் வழியாக, 'நிமிர்ந்து நில்' என்ற தன்னம்பிக்கைத் தொடராகத் தந்தார் தம்பி கோபிநாத். அதில் அறிவுரை இல்லை. அனுபவங்கள் இருந்தன. தன்னை முன்னிறுத்திக் கொள்ளவில்லை. தனக்கு வழிகாட்டிகளாக இருந்தவர்களைக் குறிப்பிட்டார். படிப்பவர் களின் மனதில் பதியக்கூடிய சின்னச்சின்ன சம்பவங்களை அழகாகச் சொன்னார். அட.. வெற்றி பெறுவது இத்தனை எளிதானதா என்று படிப்பவர்கள் ஆச்சரியப்படும் வகையில் தம்பியின் கட்டுரைகள் வெளிவந்தன. வெற்றி பெற்றவரால்தான் அப்படிச் சொல்ல முடியும். பெற்ற வெற்றியை எப்படித் தக்க வைத்துக்கொள்வது என்று தெரிந்தவர்கள்தான் மற்றவர்களுக்கு வழிகாட்ட முடியும்.

தம்பி கோபிநாத்தின் பன்முக ஆற்றல், அந்தத் தொடர் மூலம் கடைநிலை மனிதர்கள் வரை சென்றது. சிட்டி முதல் பட்டி வரை உள்ள எளிய மனிதர்களுக்குள் தன்னம்பிக்கையை விதைத்தன அவரது கட்டுரைகள். அந்தக் கட்டுரைகளின் முதல் தொகுப்பு, புத்தகமாக வெளிவந்து வாசகர்களின் பெரும் வரவேற்பைப் பெற்றதுடன், விற்பனையிலும் சாதனைப் படைத்தது. தம்பியின் முயற்சிகள் போலவே அவரது சாதனைகளும் ஓய்வதில்லை. 'நிமிர்ந்து நில்' தொடரின் இரண்டாவது பகுதி, 'எல்லாருக்கும் வணக்கம்' என்ற தலைப்பில் இப்போது உங்கள் கைகளில் புத்தகமாகத் தவழ்கிறது.

இந்த வெற்றியின் பின்னால் பெரும் உழைப்பு இருக்கிறது. டி.வி மூலமாக தமிழக மக்களை தம்பி கோபிநாத் பார்ப்பதற்கு முன்பாகவே, அவர் என்னைப் பார்த்திருக்கிறார். நான் அவரைப் பார்த்திருக்கிறேன். நக்கீரன் மீதான அவருடைய ஆர்வம்தான் நாங்கள் சந்திப்பதற்குக் காரணமாக இருந்தது. சுறுசுறுப்பாகவும் வித்தியாசமாகவும் அவர் செயல்படுவதை அப்போது பார்த்தபோதே தம்பிக்கு பிரகாசமான எதிர்காலம் இருப்பது தெரிந்தது. நினைத்தது, நடந்தது. நடந்த பிறகு அந்த சூத்திரத்தை எல்லோருக்கும் பகிர்ந்துகொள்ளும் அச்சு வாகனமாக நக்கீரன் அமைந்தது. அதைத்தான் இப்போது நீங்கள் படிக்க இருக்கிறீர்கள்.

என்றென்றும் உங்கள்,
நக்கீரன் கோபால்

1

எளிய மனிதனின் குரல்!

சிரிப்பு வந்தால்கூட பெரிய மனுஷத்தனம் காட்டவேண்டும் என்பதற்கேனும் அதைத் தவிர்த்துவிடுவதும் உண்டு. இது மட்டுமில்லாமல் சிரிக்கச் சிரிக்கப் பேசுகிறவன் சீரியசானவன் இல்லை என்ற பிம்பம் செயற்கையாக உருவாக்கப்பட்டு இருப்பதால், வேண்டுமென்றே முகத்தை கொஞ்சம் இறுக்கமாக வைத்துக்கொள்கிறவர்களும் உண்டு. எப்போதும் இறுக்கமாக இருக்கும் மனிதர்கள் எப்போதாவது சிரிக்கும் போது என்ன முக்கியத்துவம் கிடைக்கிறதோ, அதைவிட சிரிக்கிற மனிதர்கள் சீரியஸாக மாறுகிறபோது அதிக முக்கியத்துவம் கிடைக்கிறது.

என் நண்பன் ஒருவன் இந்த வயதிலும் தனக்கு பிடித்த ஏதாவது ஒரு நகைச்சுவைக் காட்சி தொலைக்காட்சியில் வந்தால் உடனே எனக்கும் போன் செய்து அதை பார்க்கச் சொல்லுவான். காட்சி முடிந்ததும் மறுபடியும் அழைத்து அந்த நகைச்சுவை பற்றி சிலாகித்துப் பேசிச் சிரிப்பான். இத்தனைக்கும் அது ரொம்ப சுமாரான காமெடியாகத்தான் இருக்கும். ஏதாவது சினிமாவுக்குப் போனால் நகைச்சுவைக் காட்சிகளில் தியேட்டரே திரும்பிப் பார்க்கும் அளவுக்கு விழுந்து விழுந்து சிரிப்பான். அவன் வாயில் ஏதாவது வைத்திருக்கும்போது சிரிக்கும்படியாக ஏதாவது நடந்தால் எதிரில் இருப்பவன் தொலைந்தான்.

சினிமா மட்டுமில்லை... சாதாரண விளையாட்டான சம்பவங்களுக்கும் கூட நிறைய சிரிப்பான். நண்பர்கள் கூடும் போது அவனவன் சோகக்கதை சொல்லிக் கொண்டிருந்தால்

இவன் மட்டும் வீட்டில், அலுவலகத்தில் அல்லது வேறெங் காவது நடந்த நகைச்சுவையான விஷயங்களை சொல்லிச் சிரித்துக்கொண்டிருப்பான். எப்ப பார்த்தாலும் சிரித்துக் கொண்டே இருக்கிறானே என்று பல நேரங்களில் நண்பர்கள் எரிச்சல் அடைவது உண்டு. ஆனால் அவன் இல்லாத நேரங்களில் நடக்கிற சந்திப்புகளில் ஒரு வெறுமை இருப்பதை உணர முடியும்.

இப்படியான மனிதர்களின் எண்ணிக்கை இப்போது குறைந்திருப்பதைப் போன்றே தோன்றுகிறது. நம்முடைய சந்திப்புகளில் கவலைகள், பிரச்சினைகள், அலுவல்கள் ஆகியவை அதிகம் பேசப்படுகின்றன. சும்மனாச்சுக்கும் பேசிச் சிரித்து விளையாடுவது என்பதே குறைந்து விட்டது. சில நேரங் களில் சிரிப்பு வந்தால்கூட பெரிய மனுஷத்தனம் காட்ட வேண்டும் என்பதற்கேனும் அதைத் தவிர்த்துவிடுவதும் உண்டு. இது மட்டுமில்லாமல் சிரிக்கச் சிரிக்கப் பேசுகிறவன் சீரிய சானவன் இல்லை என்ற பிம்பம் செயற்கையாக உருவாக்கப் பட்டு இருப்பதால், வேண்டுமென்றே முகத்தை கொஞ்சம் இறுக்கமாக வைத்துக்கொள்கிறவர்களும் உண்டு. உண்மையில் மனம்விட்டுச் சிரிக்கும் மனிதர்கள் ஆசிர்வதிக்கப்பட்டவர்கள். சின்னச் சின்ன விஷயங்களில்கூட மகிழ்ந்து கொண்டாடும் மனநிலை அவர்களுக்கு வாய்க்கப் பெற்றிருப்பது பெரிய வரம். வெளிப்படையாக சொல்ல வேண்டுமென்றால் அற்ப ஜோக்கு களுக்காக சிரிக்கிற மனசு கொண்டவர்கள், அற்புதமான மனிதர்கள். அவர்கள் சின்ன சந்தோஷத்தைக்கூட சிரித்துக் கொண்டாடும்போது நாம் எரிச்சல் அடைவதற்குக் காரணம், நம்மால் அப்படி சிரிக்க முடியவில்லையே என்பதுதான். தனிமையில் கூட அவர்கள் சந்தோஷமாக இருக்கிறார்கள். ஏதோவொரு மகிழ்வான நகைச்சுவையான விஷயத்தை நினைத்து சிரித்துக்கொள்கிறார்கள்.

நம்முடைய தனிமையை, நாம் கடந்து வந்த மோசமான அனுபவங்கள், தவறான மனிதர்கள், தோல்வியின் துயரங்கள், எதிர்காலம் பற்றிய பயம், மற்றவர் மீதான பொறாமை போன்ற பல விரும்பத்தகாத விஷயங்கள் ஆக்கிரமித்துக் கொள்ளு கின்றன. சிரித்து சிலாகிக்கும் மனசை இந்த சிந்தனைகள் இடமின்றி நிரப்பி விடுவதால் சிரிப்பும் வருவதில்லை. சிரிக்கிறவர்களையும் பிடிப்பதில்லை. நம்முடைய கனமான மனநிலையும், அறிவாளித்தனமும் சிரிப்பதற்கு வலுவான காரணங்களைத் தேடுகின்றன. இந்த ஜோக் நல்லாவே இல்லை.

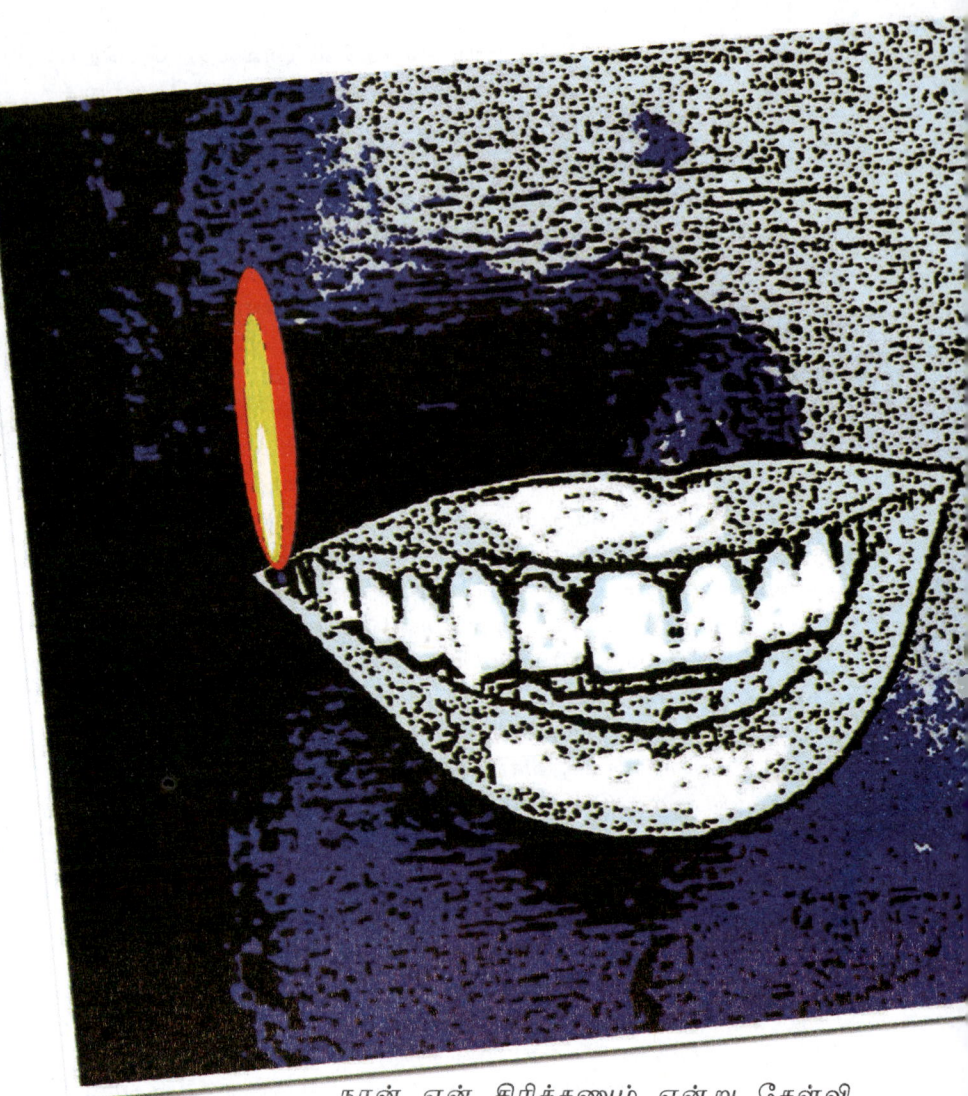

நான் ஏன் சிரிக்கணும் என்று கேள்வி எழுப்புகின்றன. மனம் விட்டு சிரிப்பவர்களுக்கு அந்த பிரச்சினை இல்லை. எந்த விஷயத்திலும் ஒளிந்திருக்கும் நகைச்சுவையான, மகிழ்ச்சியான விஷயத்தை அவர்கள் கண்டுபிடித்து சிரிக்கிறார்கள் அல்லது அவர்கள் கண்களில் அது இயல்பாகவே தென்படுகிறது.

சிரிப்பு என்பது ஒருவர் மகிழ்வாக இருப்பதன் அல்லது இருக்க முயல்வதன் வெளிப்பாடு, 'உனக்கு ஒரு பிரச்சினையும் இல்லை, அதான் நீ சிரித்து சந்தோஷமாக இருக்கிறாய்' என்று

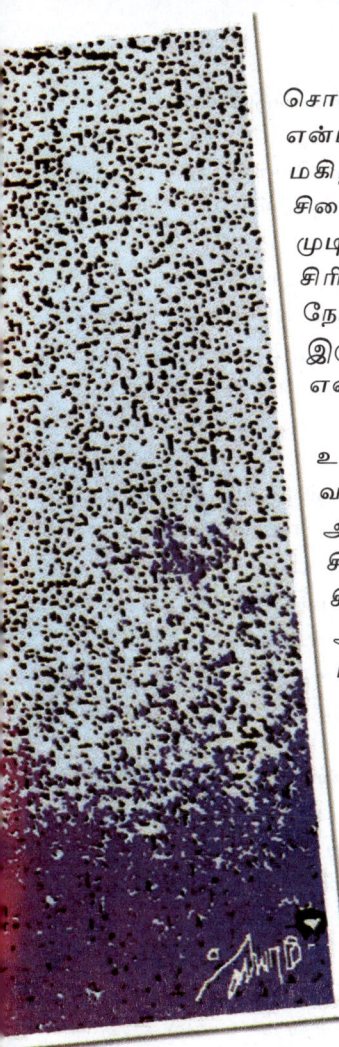

சொல்வதே கூட நான் கஷ்டத்தில் இருக்கிறேன் என்பதைச் சொல்வதற்கான உத்திதான். சிரித்து மகிழ்பவர்கள், தங்களுக்கு இருக்கும் பிரச்சினைகளை மறந்து சிரிக்கிறார்கள். நாம் மறக்க முடியாததால் சிரிக்க மறுக்கிறோம். அல்லது சிரித்து மகிழத் தெரிந்தவர்கள் கொஞ்சம் நேரமேனும் துயரங்களை மறந்து மகிழ்ச்சியாக இருக்க தங்களை பழக்கி வைத்திருக்கிறார்கள் என்றும் சொல்லலாம்.

சிரிப்பு பற்றி இங்கு நிறைய கற்பிதங்கள் உண்டு. தொட்டதுக்கெல்லாம் சிரிக்கிறவனை யாரும் முக்கியத்துவம் கொடுத்து அணுகமாட்டார்கள். சத்தம் போட்டு சிரிக்கிறவர்கள் நாகரிகம் அற்றவர்கள்... சிரிக்கிறவர்கள் சிரிக்கத்தான் லாயக்கு அவர்கள் வேறு எதற்கும் பயன்பட மாட்டார்கள். இப்படி சிரித்துக்கொண்டே இருக்கிறவர்கள் வாழ்க்கையை சீரியஸாக எடுத்துக் கொள்ள மாட்டார்கள். இவர்கள் அடுத்தவர்களின் துன்பத்தைப் பற்றி கவலைப்படாதவர்கள் என்று நிறைய சொல்லப்படுவது உண்டு.

நான் இதற்கு நேர்எதிரான குணம் கொண்ட, சிரித்து மகிழ்கிற மனிதர்களை சந்தித்திருக்கிறேன். அவர்கள் துன்பத்தை எளிதில் கடந்து செல்லும் மனிதர்களாக இருக்கிறார்கள். என் நண்பன் சிரிக்கச் சிரிக்க பேசுகிறான். சின்ன ஜோக்கிற்கும் சிரிக்கிறான். அலுவலகத்தில் நல்ல பதவியிலும் இருக்கிறான். அவன்கீழ் பணிபுரிய போட்டா போட்டி போடுகிறார்கள். அதைவிட முக்கியம் நன்கு சிரிக்கிறவர்கள் மனதைரியமும் சரியான நேரத்தில் முடிவெடுக்கும் திறனும் கொண்டவர்களாகவும் இருக்கிறார்கள். எப்போதும் இறுக்கமாக இருக்கும் மனிதர்கள் எப்போதாவது சிரிக்கும் போது என்ன முக்கியத்துவம் கிடைக்கிறதோ, அதைவிட சிரிக்கிற மனிதர்கள் சீரியஸாக மாறுகிறபோது அதிக முக்கியத்துவம் கிடைக்கிறது.

நமக்கும் கூட சிரிக்க சிரிக்க பேசி, விளையாடி சின்னப் பிள்ளைகள் போல இருக்கத்தான் ஆசை. ஆனால் சிரித்தால்

பெரியமனிதன் இல்லை என்ற பேர் வந்துவிடுமோ என்ற பயத்திலேயே சிரித்துப் பழகாமல் வாழ்கிறோம். வெளியில் நான் ரொம்ப முரட்டு ஆசாமி என்பதுபோல காட்டிக் கொண்டாலும் நமக்கு சிரிக்கவே பிடித்திருக்கிறது. சிரிக்க வைக்கும் மனிதர்களையும் பிடித்திருக்கிறது. நமக்கு மட்டுமல்ல எல்லோருக்குமே அவர்களைப் பிடிக்கும். உலகம் முழுவதும் மக்களின் அபிமானத்தைப் பெற்ற கலைஞர்கள் பல திறமைகளைக் கொண்டவர்களாக இருந்தாலும், அவர்களின் நகைச்சுவை உணர்வு மக்களால் கொண்டாடப்படுகிறது. கலைஞர்களுக்கு மட்டுமல்ல, உலகின் பல வெற்றியாளர் களுக்கும் இது பொருந்தும்.

சிரிக்காதே என்று இந்த சமூகம் சொல்வதன் பின்னால் நுட்பமான அதிகாரம் ஒளிந்திருக்கிறது. அப்பாவின் அதிகாரம் வீட்டை சிரிப்பற்ற அமைதியான இடமாக மாற்றி வைத்திருக்கிறது. அதிகாரி வருகிறார் அமைதியாக இருங்கள் என்று சிரிக்க விடாமல் ஒரு அதிகாரம் நிறுத்துகிறது. ஆனால் அதிகாரத்தில் இருக்கிறவர்கள் சிரிக்கிறபோது நீங்களும் லேசாக சிரித்துக்கொள்ளலாம். இன்றைய இளம் தலைமுறை உணவு விடுதிகளில் கூடிப்பேசி சத்தமாக சிரிக்கிறபோது முகத்தை உர்ரென்று வைத்துக்கொண்டு முறைத்துப் பார்ப்பதும்கூட அந்த அதிகாரத்தின் தொடர்ச்சிதான்.

உண்மையில் நாம் கவலைப்பட வேண்டியதும் எச்சரிக்கை யாக இருக்க வேண்டியதும் போலியாகச் சிரிக்கிறவர்களிடம் தான். தனக்கு சிரிப்பு வரும்போது சிரிக்காமல் தன்னைவிட பெரிய மனிதர் சிரிக்கும்போது மட்டும் அவர்களுடன் கூடசேர்ந்து சிரிக்கிறவர்கள் ஆபத்தானவர்கள். மகிழ்ந்து சிரிக்கிறவர்கள் இடம், பொருள், ஏவல் அறிந்தே சிரிக்கிறார்கள். அவர்களிடம் அன்பும், கருணையும் கொஞ்சம் அதிகமாகவே இருக்கிறது. அந்தச் சிரிப்பு அவர்கள் மனம் நிறைந்து இருப்பதன் வெளிப்பாடு. அதிகார அரசியலுக்கு எதிரான ஒரு கலகக்காரனின் குரலாகவும் அதை கருதலாம்.

சிரிப்பு பல அத்தியாயங்களை உருவாக்கி இருக்கிறது. இதிகாசங்களை தொடங்கி வைத்திருக்கிறது. அதிகாரத்தின் சிரிப்பையும், ஆணவத்தின் சிரிப்பையும் பயந்து ஏற்றுக் கொள்கிற நாம், மனமுவந்து சிரிக்கிறவனை இரண்டாம் தரமான மனிதனாக சித்தரிக்க முனைவது நம் அறியாமையையும், பொறாமையையும் காட்டுகிறது. எளிய

மனிதர்கள் கூடும் இடங்களில் சிரிப்புச் சத்தம் பெரிதாக கேட்கிறது. அது மானுடத்தின் குரல். அதை நாகரிகமற்ற செயலாக அடையாளப்படுத்த முயல்வது மேட்டிமைத்தனம் அன்று.

அடுத்தவன் துன்பப்படும்போது உள்ளுக்குள் சிரிக்கும் மனிதர்களைவிட அற்ப நகைச்சுவைக்கு சத்தம் போட்டு சிரிக்கிறவன் ஆயிரம் மடங்கு மேல்.

சிரியுங்கள்... அது அதிகாரத்திற்கு எதிரான எளிய மனிதர்களின் கொண்டாட்டம்.

2

பாஸ் புக்!

பிரிந்து செல்வதற்கும், முறித்துக் கொள்வதற்குமான காரணங்கள் இருப்பதைப் போலவே, சேர்ந்து இருப்பதற்கும் நிறைய வலுவான காரணங்கள் இருக்கின்றன என்பதை இக்கட்டான நேரத்தில் உணரக்கூடிய, பக்குவமான மனது பலபேருக்கு இருப்பதில்லை. அந்தப் பக்குவம் இல்லாத காரணத்தால் நாம் எத்தனை அற்புதமான மனிதர்களை இழந்துவிடுகிறோம்.

பிரியாவுக்கும் ரமேஷுக்கும் திருமணம் மகிழ்ச்சியுடன் நடந்தேறியது. அன்று இரவு பிரியாவின் தாய் 1000 ரூபாய் டெபாசிட் செய்த வங்கிக் கணக்கு விபரங்களையும் அதற்கான பாஸ்புக்கையும் பிரியாவிடம் கொடுத்தார். 'இதை உன் வாழ்க்கையின் ஆவணம் போல கருதிக்கொள். உங்கள் இருவரின் வாழ்விலும் ஏதாவது மகிழ்ச்சியான விஷயம் நடக்கிறபோது இதில் கொஞ்சம் பணம் போட்டு வை. உன் பாஸ்புக்கில் எதற்காக அந்தப் பணம் போடப்பட்டது என்பதையும் எழுதிவை. இது உனக்கு மிகவும் பயன்படும். இதோ என் மகளுக்கு திருமணம் நடந்த இனிய நிகழ்வைக் குறிக்கும் வகையில் நான் 1000 ரூபாய் போட்டிருக்கிறேன். இனி நீயும் உன் கணவரும் இதைத் தொடருங்கள்' என்று அவளிடம் விபரம் சொன்னார்.

புதுமணத் தம்பதிகள் இருவருக்கும் அந்த யோசனை மிகவும் பிடித்திருந்தது. அவர்களின் மகிழ்வான தருணங்களில் அந்த கணக்கில் பணம் போட்டுக்கொண்டே வந்தார்கள்.

திருமணத்திற்குப் பிறகு வந்த ரமேஷின் முதல் பிறந்தநாளுக்கு 500 ரூபாய் பிரியா போட்டு வைத்தாள். பாஸ்புக்கில் அந்த விபரத்தை குறித்து வைத்தாள். பிரியா தன் அலுவலகத்தில் பதவி உயர்வு பெற்றதற்காக 1000 ரூபாய் கணக்கில் சேர்ந்தது. முதல் முறையாக இருவரும் தனியாக சினிமா சென்றதைக் கொண்டாட 200 ரூபாய், பிரியா கருவுற்று இருக்கிறார் என்ற மகிழ்ச்சியில் 2000 ரூபாய். பிரியாவின் பிறந்தநாளை சர்ப்ரைசாக கொண்டாடிய தருணத்தை நினைவுகூர 1000 ரூபாய் என அந்த வங்கிக் கணக்கில் பணம் போட்டுக் கொண்டே வந்தார்கள் இருவரும். நாளாக நாளாக வழக்கமாக கணவன் மனைவிக்குள் வரும் சண்டைகள் அவர்களுக்குள்ளும் நடக்க ஆரம்பித்தன. 'நீ என்னை மதிப்பதில்லை' என்று ரமேஷ் குற்றஞ்சாட்ட 'நீ என் உணர்வுகளை புரிந்து கொள்வதில்லை' என்று பிரியா சண்டை போட, ஒரு கட்டத்தில் இருவரும் இனிமேல் இணைந்து வாழ முடியாது என்ற முடிவுக்கு வந்தார்கள்.

அன்று பிரியாவின் தாயார் வீட்டுக்கு வந்திருந்தார். ‘‘அம்மா இனிமேல் என்னால் ரமேஷுடன் வாழ முடியாது. எங்களுக்குள் எதுவுமே ஒத்துப் போகவில்லை. அவன் சுயநலவாதியாக இருக்கிறான். அவனைத் திருமணம் செய்துகொள்ள நான் எப்படி ஒத்துக் கொண்டேன் என்பதே எனக்கு ஆச்சரியமாக இருக்கிறது. அதனால் இருவரும் விவாகரத்து செய்து கொள்வதாக முடிவு செய்துள்ளோம்’’ என்றார் பிரியா.

பிரியாவின் அம்மா அவளுக்கு எந்த அறிவுரையும் சொல்லவில்லை. ‘‘இணைந்து வாழ்வது இயலாது என்று முடிவெடுத்தபின் விவாகரத்து செய்யும் உன் முடிவு சரிதான்’’ என்றார். ஆனால் அதற்கு முன் நான் உன் திருமண நாளன்று உனக்குப் பரிசளித்த அந்த வங்கிக் கணக்கில் இருக்கும் பணத்தையெல்லாம் எடுத்து செலவழித்து விடு. திருமண வாழ்க்கையே இல்லை என்றாகிவிட்ட பிறகு அந்தப் பணம் மட்டும் எதற்கு’’ என்றார். அம்மாவின் யோசனைப்படி பாஸ்புக்கை எடுத்துக்கொண்டு வங்கிக்கு சென்றாள். பிரியா வரிசையில் காத்திருக்கும்போது பொழுது போகாமல் அந்த பாஸ்புக்கை புரட்டினாள். அதில் ஒவ்வொரு முறையும் பணம் போடப்பட்டதற்கான காரணம் எழுதப்பட்டு இருந்தது. என் திருமண வாழ்க்கையில் இத்தனை ஆனந்தமான, மகிழ்வான தருணங்கள் இருந்திருக்கின்றனவா என்று நெகிழ்ந்து போனாள்.

அவள் கண்கள் குளமாகின. நேராக வீட்டுக்கு வந்தவள் அந்த பாஸ்புக்கை ரமேஷிடம் கொடுத்தாள். "நாம் விவாகரத்து செய்வதற்கு முன்னால் இதில் இருக்கும் பணத்தை எடுத்து செலவு செய்துவிடு" என்று சொல்லிவிட்டுக் கிளம்பினாள்.

அடுத்தநாள் ரமேஷ் அந்த பாஸ்புக்கை பிரியாவிடம் கொடுத்துவிட்டு அலுவலகம் கிளம்பிப் போனான். பிரியா பாஸ்புக்கை திறந்து பார்த்தாள். ரமேஷ் அதில் 10,000 ரூபாய் டெபாசிட் செய்திருந்தான். அதற்கு நேராக 'நான் உன்னை எந்த அளவு நேசிக்கிறேன்' என்றும், 'நீ என் வாழ்வில் எவ்வளவு மகிழ்ச்சியைக் கொண்டு வந்திருக்கிறாய் என்பதும் இன்றுதான் புரிந்தது' என்று எழுதியிருந்தது. பிரியா பாஸ்புக்கை அணைத்தபடி அழத் துவங்கினாள்.

அந்த பாஸ்புக்கில் எவ்வளவு பணம் இருந்தது என்பது

ஒரு விஷயமேயில்லை. இன்றைக்கு நாம் சேர்ந்தே வாழ முடியாது என்று முடிவெடுத்த இருவரும், சேர்ந்து வாழும்போது எவ்வளவு மகிழ்ச்சியை அனுபவித்திருக்கிறார்கள் என்பதற்கான ஆவணம் அது. கணவன்-மனைவி உறவில், நட்பில், உறவுகளில், சகோதர உறவுகளில், காதலில் ஏதோ ஒரு சில காரணங்களின் பொருட்டு நாம் அதை முறித்துக்கொள்ள முடிவெடுக்கிறோம். ஆனால் அந்த உறவு நமக்கு எத்தனை அற்புதமான விஷயங்களை தந்து இருக்கிறது என்பதை மறந்து போகிறோம்.

பிரிந்து செல்வதற்கும், முறித்துக் கொள்வதற்குமான காரணங்கள் இருப்பதைப் போலவே, சேர்ந்து இருப்பதற்கும் நிறைய வலுவான காரணங்கள் இருக்கின்றன என்பதை இக்கட்டான நேரத்தில் உணரக்கூடிய, பக்குவமான மனது பலபேருக்கு இருப்பதில்லை. அந்தப் பக்குவம் இல்லாத காரணத்தால் நாம் எத்தனை அற்புதமான மனிதர்களை இழந்துவிடுகிறோம். நம்முடைய கோபம், ஈகோ, இவற்றுக்கு முன்னால் அத்தகைய மனிதர்களின் அன்பும், நேசமும் அடிபட்டுப் போகின்றன. எல்லா துயரமான நேரங்களிலும் துணைக்கு இருந்த மனிதரை ஏதோ ஒன்றிரண்டு தருணங்களில் நமக்கு எதிராக அவர் நடந்து கொண்டார் என்று நம்புவதால் நீண்டநாள் உறவை நிமிடத்தில் கலைத்துப் போடுகிறோம்.

நமக்கு சில அடிப்படைச் சிக்கல்களும் இருக்கின்றன. நான் நேசிக்கும் ஒருவர் அல்லது என்னை நேசிக்கும் ஒருவர் எப்போதும் எனக்கு மகிழ்ச்சியான அனுபவங்களை மட்டுமே கொடுக்கவேண்டும் என்று எதிர்பார்ப்பது தவறு. அத்தகைய எண்ணம் இருப்பதால்தான் சில நேரங்களில் அவர்கள் நம் எண்ணத்துக்கு புறம்பாக நடக்கிறபோது அவர்களை எதிரி போல நினைத்து விடுகிறோம். 'நான் அவருக்கு எவ்வளவோ செய்திருக்கிறேன் அவர் என் அன்பை புரிந்து கொள்ளவில்லை' என்று குற்றம் சாட்டுகிற நாமும் அதே தவறைத்தான் செய்கிறோம் என்று உணருவதில்லை.

இன்று ஒரு தவறை இழைத்துவிட்டதற்காக அவரை உதறித் தள்ள முடிவெடுக்கிற நாம் இதுவரை செய்த நல்ல விஷயங்களை மறுக்கிறோம், மறக்கிறோம். இந்த நடவடிக்கைப் படி பார்த்தால் நாமும் அவர் அன்பைப் புரிந்து கொள்ள வில்லை என்றுதான் பொருள். நாம் ஒருவர் மீது கோபமாகவும், அதிருப்தியாகவும் இருக்கும்போது அவர் செய்த பல நல்ல விஷயங்களை நினைவுகூரும் பழக்கத்தையும், பக்குவத்தையும்

உருவாக்கிக் கொள்வது மனிதர்களை இழக்காமல் இருப்பதற்கான மகத்தான பயிற்சி. ஆனால் இன்றைக்கு இளைஞர்கள் பட்டென்று பேசி விடுகிறவர்களாக, அமைதியாக உட்கார்ந்து யோசிக்காமல் முடி வெடுக்கிறவர்களாக இருக்கிறார்கள். 10 வருட நட்பை பத்தாம் பசலித்தனமான காரணத்துக்காக முறித்துக் கொள்கிறார்கள். சௌகர்யங்களை காரணம் காட்டி 3 வருடக் காதலை பொசுக்கென்று போட்டு உடைக்கிறார்கள். காதல் என்ற அந்நியோன்யமான, நம்பிக்கை தரும் உணர்வை உருவாக்க, வலுப்படுத்த மூன்று வருடம் தேவைப்படுகிறது. ஆனால் அதை முறித்துக் கொள்ள ஒரு நிமிடம் கூடத் தேவைப்படுவதில்லை.

காதலோ, நட்போ, கணவன்-மனைவி உறவோ எதுவாக இருப்பினும் ஆரம்பத்தில் இருப்பதைப் போல எப்போதும் இலகுவாக, பிரச்சினைகள் அற்றதாக இருக்காது. பட்டென்று முடிவெடுக்கிறவர்கள் இந்த யதார்த்தத்தை உணர்ந்தே ஆகவேண்டும். மகிழ்வான அனுபவங்கள், அதிருப்தியான அனுபவங்கள் இரண்டையும் ஏற்றுக் கொள்ளுகிற நிபந்தனை அற்ற அன்பை வடிவமைத்துக் கொள்வது சிரமம். ஆனால் அதுதான் நீடித்து நிற்கும். உங்கள் சௌகர்யத்தில் சிக்கல் வரும்போதெல்லாம் இது ஒத்துவராது என்று முடிவெடுத்து முறித்துக் கொண்டால் முடிவில் மனிதர்கள் அற்ற தனிமரமாக நிற்கவேண்டி இருக்கும். உங்கள் பிரியமானவர்கள் மீது உங்களுக்கு கோபம் வரும்போது அவர்கள் உங்களுக்கு செய்த நல்லவற்றையும், நீங்கள் இருவரும் சேர்ந்து கொண்டாடிய பொழுதுகளையும் நினைவுகூருங்கள். அதிருப்தியாக இருக்கும் நேரங்களில் மெனக்கெட்டு மோசமான நினைவுகளை அசைபோடாதீர்கள். ஆனால் பெரும்பாலும் நாம் இரண்டாவது விஷயத்தை செய்பவர்களாகவே இருக்கிறோம்.

என் நண்பன் -அவனுக்கும், அவனது மனைவிக்கும் சண்டை வருகிறபோது அவர்கள் டூர் சென்ற ஆல்பத்தை எடுத்து வைத்துக்கொண்டு உட்கார்ந்துவிடுவான். அம்மா, அப்பா மீது மனக்குறை வரும்போது தன் சிறுவயது போட்டோக்களை புரட்டுவான். நம்மை நேசிக்கிற மனிதர்களின் தவறுகளை மன்னிப்பதும் அவர்கள் செய்த நல்ல விஷயங்களை நினைவுகூர்வதும் தான் நல்ல மனிதர்களோடு பிரிவு ஏற்படாமல் இருப்பதற்கான சிறந்த வழி. அதைவிட, ஒரு மனிதர் நமக்கு எப்போதும் சந்தோஷத்தை மட்டுமே தருவார் என்று எதிர்பார்க்காமல் நிபந்தனையற்ற அன்பைச் செலுத்துவது ஆகச் சிறந்தது.

3
கொஞ்சம் கஷ்டம்! நிறைய காசு!

கஷ்டமே இல்லாமல் காசு பண்ணுகிற நியாயமான வேலை என்று ஒன்று இங்கில்லை. அறத்திற்குப் புறம்பான நியாயமற்ற வேலைகள் வேண்டுமானால் அப்படி யிருக்கலாம். காலர் பட்டியில் அழுக்குப் பிடிக்காமல் பார்க்கிற வேலை எல்லாம் எளிது என்று கற்பிதம் செய்துகொள்ளாதீர்கள்.

பல்வேறு துறைகளில் பணிபுரியும் நண்பர்கள் சிலர் நீண்ட வருடங்களுக்குப் பிறகு ஒரு ஞாயிற்றுக்கிழமையில் ஒன்று கூடினோம். குடும்ப வாழ்க்கை, பிரச்சினைகள், பழைய நண்பர்கள் என பல்வேறு விஷயங்கள் குறித்து பேசினோம். ஒரு கட்டத்தில் ஒவ்வொருவரின் வேலை அதன் கஷ்டங்கள் குறித்து பேச்சு வந்தது. "உனக்கென்னப்பா நீ மீடியாவுல இருக்க, மேக்-அப்பை போட்டோமா, நாலு வார்த்தை பேசுனோமா காசு பார்த்தமான்னு சந்தோஷமா இருப்பே" என்றார் பேங்க்கில் வேலை செய்யும் ஒரு நண்பர். "ஏ.சி. ரூமில் காலாட்டிகிட்டே கஷ்டமில்லாம பார்க்குற வேலை, பேங்க் வேலை நீ என்னைச் சொல்றியா?" என்றேன். "ஒரு நோட்டு காணாமப் போனாலும் என் கணக்குலதான் கை வைப்பாங்க. இருபத்தி நாலு மணி நேரம் கவனமாகவே இருக்கணும். வந்து உக்காந்து பாரு அப்பதான் வலி தெரியும்" என்றார் அவர். ஐ.டி.யில் நல்ல பதவியில் இருக்கிற நண்பனைத்தான்

நிறைய பேர் குறி வைத்தார்கள். "அரண்மனை மாதிரி ஆபீஸ். சட்டை கசங்காத வேலை... டாலர்ல சம்பளம். கொடுத்து வச்சவன் நீ. என்னை மாதிரி அரசு உத்யோகத்துல இருக்கறவனுக்குத்தான் ஆயிரம் பிரச்சினை" என்று ஒரு நண்பர் வருந்தினார். "டார்கெட்ட முடிக்கலேன்னா என்ன ஆகும் தெரியுமா? நானெல்லாம் தூங்கியயே பலநாள் ஆச்சு. அரசாங்க ஆபீஸ்ல நீ எல்லாம் என்னைக்கு ஒழுங்கா வேலை பார்த்திருக்கே" என்று சீறினார் ஐ.டி. நண்பர். "நாங்க எல்லாம் ஒழுங்கா வேலை பார்க்காமத்தான் இங்க எல்லாம் நடக்குதா, எத்தனை நாளைக்குத்தான் இப்படி சொல்லிகிட்டே இருப்பீங்க" என்று கடிந்துகொண்டார் அரசுப் பணியில் இருக்கும் நண்பர்.

"நீங்க எல்லாம் யாரோ ஒருத்தர் காசுல, சம்பளத்துக்கு வேலை பார்க்குறீங்க என்ன மாதிரி சொந்தக்காசை போட்டு பிசினஸ் பண்ணிப் பார்த்தா உண்மையான கஷ்டம் என்னன்னு தெரியும்" என்று ரெடிமேட் கடை வைத்திருக்கும் இன்னொரு நண்பர் புலம்பினார்.

"உங்களுக்கெல்லாம் நீங்க செய்யுற வேலை கஷ்டமா இருந்துச்சுன்னா அதை விட்டுட்டு வேற வேலை தேடுங்க. இந்த வேலைகளை இஷ்டப்பட்டு செய்ய ஆயிரமாயிரம் பேர் இருக்காங்க" எங்கள் உரையாடலைப் பொறுக்க முடியாமல் நண்பன் வீட்டில் இருந்த அவன் உறவுக்காரர் இப்படிச் சொன்னார். அவர் அரசுத் துறையில் சாதாரண பணியில் சேர்ந்து கொஞ்சம் கொஞ்சமாக முன்னேறி பெரிய பதவிக்கு வந்தவர். கறாரான பேர்வழி என்று பெயரெடுத்தவர். சில வருடங்களுக்கு முன்புதான் பணியிலிருந்து ஓய்வு பெற்றார். "நீங்க எல்லாரும் அடிப்படையில சோம்பேறிங்க. எந்த வேலை ஈசியா இருக்கும்ங்கறதுலயே குறியா இருக்கீங்க. உங்களுக்கெல்லாம் வேலை கொடுத்தானுங்க பாரு அவனுங்கள சொல்லணும்" என்று பொருமித் தள்ளினார்.

"நீங்க வேலை பார்த்த காலம் இல்ல மாமா இது. இப்பவெல்லாம் வேலைப் பளு ரொம்ப அதிகம்" என்று நண்பன் பேச்செடுத்தான். "பார் இப்பவும் நீங்க பார்த்த வேலையெல்லாம் ஈசின்னுதான் சொல்லப் பார்க்குற. வெளியில் இருந்து பார்க்குறப்ப உன் வேலையைத் தவிர மத்த வேலை எல்லாம் சுளுவாத்தான் இருக்கும். ஏன்னா அதை நீ வேடிக்கைதானே பார்க்குற. செய்யறவனுக்குத்தான் அதோட கஷ்டம் நஷ்டம் தெரியும். உங்களுக்கெல்லாம் உட்கார்ந்த இடத்துலயே யாராவது காசைக்

கொண்டாந்து கொடுக்கணும். அதை கைய நீட்டி வாங்கக்கூட வலிக்கும்" என்றார் கோபமாக.

"என்னமோ இந்த உலகத்திலே வாழறதே சிரமம் மாதிரி எல்லாரும் பேசுறீங்களே... என்ன தினமும் புயலும் சூறாவளியுமா அடிக்குது. நீங்க எல்லாம் கஷ்டமே படலை. அதுனாலதான் எல்லாத்தையும் கஷ்டம், கஷ்டம்னே பேசிக்கிட்டு இருக்கீங்க'' பெரியவரின் பேச்சில் நியாயமும் உண்மையும் இருப்பதை உணர முடிந்தது. யாராவது மிகச் சௌகரியமான ஒருவரை கணக்கில் எடுத்துக் கொண்டு அதுபோல் இல்லாத ஒரு வாழ்க்கை கஷ்டமானது என்று கற்பிதம் செய்து கொள்கிறோமோ என்று தோன்றியது. வேலைக் கஷ்டம் பற்றி பேசிய நாங்கள் எல்லாருமே ஓரளவு நல்ல நிலையில்தான் இருக்கிறோம். ஆனால் என் வேலை கஷ்டம். அடுத்தவன் வேலை எளிது என்ற மனநிலை எல்லாரிடமும் இருக்கிறது.

வேலை எளிதாக இருக்கவேண்டும். சம்பளம் நிறைய கிடைக்க வேண்டும் என்ற எண்ணம் அடுத்தடுத்த தலை முறைக்கு கிளைத்துக்கொண்டே போகிறது. வேலைக்கு அப்ளிகேஷன் போடும்போதே வேலை எளிதானதா என்பதை ஒருமுறைக்கு இருமுறை அறிய முற்படுகிறோம். 'அந்த வேலை கஷ்டம் அதனால் வேறொரு வேலைக்கு விண்ணப்பித் திருக்கிறேன்' என்று காத்திருப்போர் நிறைய பேரை பார்க்க முடிகிறது. இன்னொரு பக்கம் உயர்ந்த பதவியில் உட்கார்ந்திருப்பவர்களைப் பார்த்து, நேரடியாக அந்த இடத்துக்கு வந்துவிட வேண்டும் என்று விழைகிறோம். அவர்கள் அந்த இடத்திற்கு வந்து சேர எவ்வளவு உழைப்பைக் கொடுத்திருப்பார்கள் என்று யோசிப்பதில்லை.

நாம் கால் கடுக்க நிற்கும்போது, கண்ணாடி அறைக்குள் உட்கார்ந்திருக்கும் பேங்க் மேனேஜரின் உத்தியோகம் எளிது என்று தோன்றுகிறது. கலெக்டருக்கு படிக்கிறதுதான் கஷ்டம். படிச்சு கலெக்டர் ஆயிட்டா அப்புறம் ராஜாதான் என்று எங்கள் ஊர்ப்பக்கம் சொல்வார்கள். கலெக்டரைக் கேட்டால்தான் அவர் கஷ்டம் தெரியும். இங்கு எல்லா வேலையும் கஷ்டம்தான். அதை ஒரு வேலை என்றும், சம்பாதிப்பதற்காக அதைச் செய்கிறேன் என்ற எண்ணத்தோடு செய்யும்போதும் அந்த வேலை கடினம்தான். இப்படிக் கடனே என்று வேலை பார்ப்பதால்தான் அடுத்தவரின் வேலை குறித்த எந்த நியாயமானப் பார்வையும் இல்லாமல் அது எளிது என்று

ஏளனம் செய்கிறோம்.

பணிச்சூழல், தொழில்நுட்ப வளர்ச்சி இவற்றால் நம்முடைய வேலைகள் இலகுவாகியிருக்கின்றன என்ற யதார்த்தத்தையும் கொஞ்சம் ஏற்றுக்கொண்டு ஆகவேண்டும். வேண்டா வெறுப்பாக வேலையைச் செய்து அதனால் ஏற்படும் மன அழுத்தத்தை விட உள்ளன்போடு பணிச்சுமையை ஏற்றுக்கொண்டு வேலையைச் செய்யும்போது மனச்சோர்வு குறைவாகவே இருக்கிறது. 'எளிதான வேலை, விரைவான முன்னேற்றம்' என்ற சமீபகால மனநிலை, சிரமமே இல்லாமல் முன்னேற வேண்டும் என்று முயற்சிப்பது, போன்றவை சுயநலமான, பிறர் பற்றி கவலைப்படாத ஒரு சமூகத்தை உருவாக்கிவிடும். பிள்ளைகள் மட்டுமல்ல... நம்முடைய வீடுகளும் கூட கஷ்டமில்லாத வேலைக்கு குறிவைக்கும்படி குழந்தைகளுக்கு அறிவுறுத்துகின்றன.

கஷ்டமே இல்லாமல் காசு பண்ணுகிற நியாயமான வேலை என்று ஒன்று இங்கில்லை. அறத்திற்குப் புறம்பான நியாயமற்ற வேலைகள் வேண்டுமானால் அப்படியிருக்கலாம். காலர் பட்டியில் அழுக்குப் பிடிக்காமல் பார்க்கிற வேலை எல்லாம் எளிது என்று கற்பிதம் செய்துகொள்ளாதீர்கள். அந்தந்த வேலைக்குரிய சிரமம் அதில் இருக்கவே செய்யும். சில வேலைகளின் சிரமம் வெளியில் தெரியும். சில பணிகளின் துயரம் வெளியே தெரியாது. அரைமணி நேரம் மேடையில் குழு நடனம் ஒன்றை வெற்றிகரமாக ஆட, இரண்டு மூன்று நாளாவது இரவு பகலாய் ரிகர்சல் செய்ய வேண்டியிருக்கும். நடனத்தை நேசிக்கிறவருக்கு அது சிரமம் இல்லை. வேலையாகப் பார்க்கிறவருக்கு அது கடினம்.

ஒரு ப்ராஜக்ட்டை எல்லாம் முன்பு விளக்கிச் சொல்ல அரைமணி நேரம் போதுமானது. ஆனால் அதை உருவாக்க அவர் எத்தனை நாள் பாடுபட்டிருப்பார் என்பது அவருக்குத்தான் தெரியும். வீட்டைக் கூட்டிப் பெருக்கி சுத்தம் செய்பவர் நோகாமல் மாதம் 2000 ரூபாய் வாங்கிக்கொள்கிறார் என்று அங்கலாய்க்கிறோம். தினமும் அதைச் செய்து பார்த்தால் இடுப்பு வலி தெரியும். நான் அலுவலகத்தில் மாடாய் உழைக்கிறேன். மனைவி வீட்டில் சும்மாதான் இருக்கிறாள் என்று சொல்கிறோம். இரண்டு நாள் வீட்டு வேலைகள் செய்து பார்த்தால் ஆபீசே உத்தமம் என்று உணரலாம்.

இங்கே கஷ்டமான வேலை, கஷ்டமில்லாத வேலை என்று எதுவும் கிடையாது. நேசித்துச் செய்கிற வேலை -கடமைக்காகச்

செய்கிற வேலை என்று வேண்டுமானால் பிரிக்கலாம். அந்தப் பெரியவர் சொன்னது போல நாமெல்லாம் சோம்பேறிகள் ஆகிக்கொண்டிருக்கிறோம். நம் வேலையை விரும்பிச் செய்வதை விட்டுவிட்டு அடுத்தவரின் வேலை எளிதானது என்று ஏக்கத்தோடு பார்க்கிறோம். வேலையை நேசித்துச் செய்யவேண்டும் என்று எளிதில் சொல்லலாம். அப்படிச் செய்வது சாத்தியமில்லை என்று தோன்றலாம். உண்மைதான். ஆனால் விரும்பிச் செய்ய முயற்சிக்கலாம். கொஞ்சம் புலம்பலைக் குறைக்கலாம், விரும்பிச் செய்கிறபோது கஷ்டம் குறைவாகத் தெரிகிறதா என்று கவனிக்கலாம். விரும்பிச் செய்ய முடியவில்லை என்பதற்காக வேலையை விட்டுவிட முடியுமா... முடியாதென்றால் முயற்சித்துப் பார்ப்பதைத் தவிர வேறு வழியில்லை.

4

அற்ப அவசியங்கள்!

வெற்றி கிடைக்கிறது- வாழ்க்கை போரடிக்கிறது. பணம் வருகிறது -மகிழ்ச்சி வருவதில்லை. வீடு வாங்கியாயிற்று- வெறுப்பாய் இருக்கிறது. எல்லாம் இருக்கிறது, ஏதோ குறைகிறது.

சில மனிதர்களைப் பார்க்கிற போதே நமக்கு உற்சாகம் பற்றிக் கொள்கிறது. எப்போதும் சுறுசுறுப்புடன் எதையும் ஆர்வமாகச் செய்யும் மனிதர்கள் நம்மையும் உற்சாகப் படுத்துகிறார்கள். நமக்கும் கூட அவர்களைப்போல இருக்க வேண்டும் என்ற ஆசை இருக்கிறது. சில நாட்களை நாம் உற்சாகமாக கடந்து செல்கிறோம். பல நாட்களை சோர்வாக வும் எதையோ தொலைத்ததைப் போன்றும் கழிக்கிறோம். என்னவென்றே தெரியாத வெறுமை, ஆர்வமின்மை நமது உற்சாகச் சிந்தனைகளை அப்படியே அமிழ்த்தி விடுகின்றது. ஒரு மனுஷன் எப்போதும் உற்சாகத்துடன் எப்படி இருக்க முடியும்? பணக்கஷ்டம், மனக்கஷ்டம், குடும்பச் சூழ்நிலை, வேலைப்பளு, உறவுகளால் தொந்தரவு, பள்ளிக்கூட, கல்லூரி படிப்பின் பாரம் இப்படி உற்சாகமில்லாமல் இருப்பதற்கு ஆயிரம் காரணங்களை நம்மால் அடுக்க முடியும்.

எப்போதும் உற்சாகமாக இருங்கள் என்று சொல்வது எளிது. அது அவ்வளவு சுலபமில்லை. ஆனால் உற்சாகமாக இருக்க முயற்சி செய்யலாம். உற்சாகமாக துடிப்புடன், இருத்தல் என்பது செயல்களில்தான் இருக்க வேண்டும் என்ற

அவசியமில்லை. அது ஒரு மனநிலை. சிலர் அதற்கு முக்கியத் துவம் கொடுக்கிறார்கள். பலர் அதை கண்டு கொள்வதில்லை. உற்சாகமாக இருக்கிற மனிதர்களைப் பார்த்து ஒன்று நாம் பொறாமைப்படுகிறோம், அல்லது அவர் இயல்பே அப்படித் தான் என்று நினைக்கிறோம். சில நேரங்களில் அவங்களுக் கெல்லாம் ஒரு கவலையும் இல்லை அதான் உற்சாகமாக, சந்தோஷமாக இருக்கிறார்கள் என்று நாமே முடிவு செய்கிறோம்.

நிச்சயமாக அப்படி இல்லை. உற்சாகமாக இருக்க வேண்டும் என்ற உந்துதல் அவர்களுக்குள் இருக்கிறது. பல நேரங்களில் அவர்கள் அதை திட்டமிட்டு உருவாக்குகிறார்கள். உற்சாகப்படுத்தும் விஷயங்கள் மீது கவனம் செலுத்து கிறார்கள். அதை ஈடுபாட்டோடு செய்கிறார்கள். உற்சாகமாக இருக்க வேண்டும் என்ற முனைப்புதான் அவர்களை உற்சாகமாக வைத்திருக்கிறது. உற்சாகமாக இல்லையென்றால் என்ன ஆகிவிடும்? உண்மையில் நம்முடைய வெற்றி தோல்விகள், மகிழ்ச்சி, மனநிறைவு, மனநிம்மதி போன்ற வாழ்வியலின் பல கூறுகள் உற்சாகத்தோடு தொடர்புடையவை என்பதை நாம் உணர்வதில்லை. அதனால்தான் அதனை நாம் பொருட்படுத்துவதில்லை.

உற்சாகமான மனிதர்களிடம்தான் ஆர்வமும், ஈடுபாடும் அதிகம் இருக்கிறது. ஒரு மகிழ்ச்சி கலந்த துள்ளலோடு அவர்களால் எதையும் அணுக முடிகிறது. அப்படிப்பட்ட மனநிலையில் ஈடுபாட்டோடு அவர்கள் இயங்குவதால் அவர்கள் எடுக்கும் பணிகள் வெற்றியடைகின்றன. இன்னொரு பக்கம் அவர்களும் திருப்தியாக இருக்கிறார்கள். இதெல்லாம் எல்லாருக்கும் தெரியும். ஆனால் உற்சாகமாக இருப்பது எப்படி? அதற்கு டானிக் எல்லாம் ஒன்றும் இல்லை. உற்சாகமாக இருக்க வேண்டும் என்ற எண்ணமும், அந்த எண்ணத்தின் மீதான கவனக் குவிப்பும் போதுமானது. நன்கு படிக்க வேண்டும், பெரிய பணக்காரன் ஆக வேண்டும், தொழிலில் பெரிய நிலையை அடைய வேண்டும் என்று மனசுக்குள் பல விஷயங்கள் ஓடிக்கொண்டு இருக்கின்றன. இதற்கு நடுவே உற்சாகமாக இருக்க வேண்டும் என்ற எண்ணமும் நமக்குள் ஓடிக்கொண்டு இருக்கிறதா? என்று கவனித்துப் பார்த்தால், நாம் அதற்கு முக்கியத்துவம் கொடுக்கவில்லை என்ற உண்மை புரிந்து விடும்.

காடுகளில் கிடைத்ததை சாப்பிட்டு, விலங்குகளை

வேட்டையாடி வாழ்ந்த மனிதன் "இருப்பதை உண்டு வாழுதல்" என்ற நிலையில் இருந்து மாறி தனக்கு தேவையானதை "உருவாக்கி வாழ வேண்டும்" என்ற மனநிலைக்கு உயர்ந்தான். காட்டை, தன் வாழ்விடத்தை அதற்கேற்ப மாற்றினான். நிலத்தை சீரமைத்தான். விவசாயம் செய்தான். தனக்கு வேண்டியதை உருவாக்கினான். இப்படியான ஒரு மேம்பட்ட மனநிலை உற்சாகமாய் இருப்பதற்கு அவசியமாகிறது. இருக்கிற வாழ்க்கையை காமா சோமா என்றும், கடனே என்றும் ஆர்வமின்றி வாழுதலில் இருந்து விடுபட்டு நமக்கு ஏற்ற மாதிரியான உற்சாகமூட்டும் சூழலை, வாழ்வியலை அமைத்துக் கொள்ள முயற்சித்தல் உற்சாகமாக இருப்பதன் முதல்படி. வாழ்க்கையை மாற்றி அமைக்கத்தான் கடுமையாக உழைக்கின் றோம், போராடுகிறோம் அப்புறம் என்ன? வாழ்க்கைத் தரத்தை மேம்படுத்த தேவைப்படும் முயற்சிகளை ஈடுபாட்டுடன் ஆர்வமாக செய்யத்தான் உற்சாக மனநிலை தேவைப்படுகிறது. நாம் அதை பொருட்படுத்தாமல் மாங்கு மாங்கென்று மற்ற எல்லா வேலைகளையும் பார்க்கிறோம். வெற்றி கிடைக்கிறது- வாழ்க்கை போரடிக்கிறது. பணம் வருகிறது -மகிழ்ச்சி வருவதில்லை. வீடு வாங்கியாயிற்று- வெறுப்பாய் இருக்கிறது. எல்லாம் இருக்கிறது, ஏதோ குறைகிறது. மேற்சொன்ன மனநிலை பலருக்கும் இருக்கலாம். சந்தோஷமாக வெற்றி பெறுதல், அதை ஆனந்தமாக அனுபவித்தல் என இரண்டு சூழலுக்கும் உற்சாக மனநிலை தேவை. ஆனால் அப்படி இருக்க முடியவில்லையே? இதே கேள்வியோடு எனக்குத் தெரிந்த சில மனவியல் வல்லுநர்கள், குடும்பநல ஆலோசகர் கள், கவுன்சிலிங் கொடுப்பவர்கள், பெரிய குடும்பத்தின் தலைவர்கள், எப்போதும் உற்சாகமாக இருக்கிற எனக்குத் தெரிந்த சில நண்பர்களிடம் பதில் கேட்டேன். அவர்கள் சில விஷயங்களைச் சொன்னார்கள். அவை அனைத்தும் அனைவருக்கும் பொருந்துமா எனத் தெரியாது. இருந்தாலும் அந்த கருத்துகள் உற்சாகமாக இருப்பதற்கான சில வழிமுறைகள் என்று சொல்லலாம்.

அற்ப அவசியங்கள் - 15 :

1. சின்னச் சின்ன விஷயங்களை தேவையில்லாமல் ஒத்திப் போடாதீர்கள். அவை மனசுக்குள் தேங்கி காரணமில்லாத சோர்வை உண்டாக்கி விடும்.

2. முடிந்தவரை மனம் விட்டு பேசுங்கள். வெளியில் சொல்ல முடியாத விஷயமென்றால் கடவுளிடம் போய்

சொல்லிவிடுங்கள்.

3. உடம்பு வேர்க்கும் அளவுக்கு காலை அல்லது மாலை ஏதாவது ஒரு உடற்பயிற்சி செய்யுங்கள்.

4. உங்களை உற்சாகப்படுத்துகிற, தட்டிக் கொடுக்கிற, பாராட்டுகிற மனிதர்களுடன் எப்போதும் தொடர்பில் இருங்கள்.

5. தினசரி கணக்கு எழுதுங்கள். கையில் பணம் இல்லை, கடன் இருக்கிறது என்ன செய்ய என்பது போன்ற மனசின் அடி ஆழத்தில் ஓடிக் கொண்டிருக்கும் கவலைகளை கொஞ்சம்

குறைக்கலாம். கொஞ்சம் புத்துணர்ச்சியோடு செயல்படலாம்.

6. கவலையாக இருக்கும்போது உங்களை தனிமைப் படுத்திக் கொள்ளாதீர்கள். அதிலிருந்து வெளியே வர வேண்டும் என்றால் முதலில் உங்கள் அறையில் இருந்து வெளியே வாருங்கள். எதிர்ப்படும் யாரோ ஒரு மனிதர் கூட உங்களுக்கு உதவலாம்.

7. திருமணம், சுபகாரியங்கள், விருந்து, விழாக்களுக்கு நேரம் ஒதுக்கி அதில் ஆர்வமுடன் பங்கெடுங்கள்.

8. உங்களுக்கு பிடித்த மாதிரியான, திருத்தமான உடை அணிந்து கொள்ளுங்கள்.

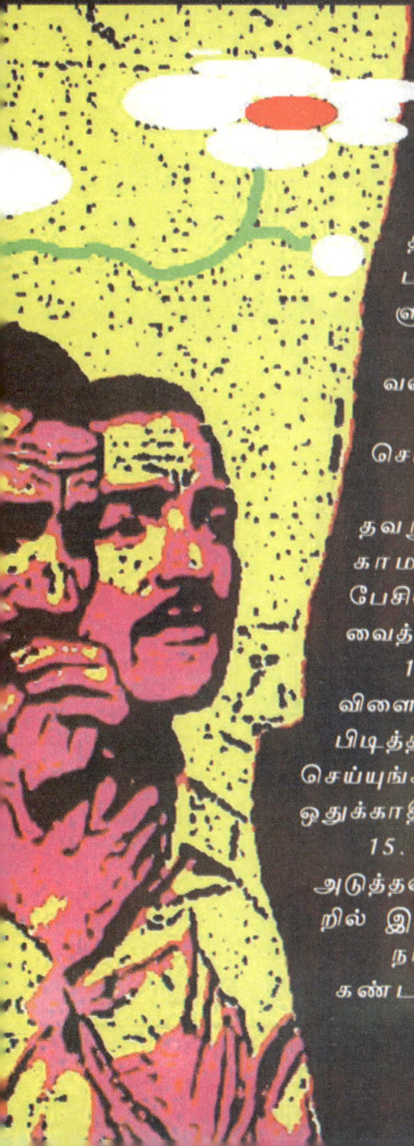

9. அறையில், அலுவலகத்தில், வீட்டில் குப்பை சேர்க்காதீர்கள். அவற்றை உடனே சீர் செய்து விடுங்கள்.

10. அளவுக்கதிகமான வேலைகள் இருப்பதாக நினைத்தால் அவற்றை நினைவூட்டல் பக்கத்தில் எழுதி வைத்துக் கொள்ளுங்கள்.

11. விடுமுறை நாட்களில் அலுவலக வேலைகளை செய்யாதீர்கள்.

12. மன்னிப்பு கேட்கவும், நன்றி சொல்லவும் தயங்காதீர்கள்.

13. உங்கள் உரிமைக்குரியவர்கள், தவறு செய்வதாக கருதினால் தயங்காமல் நாசூக்காக அவர்களிடம் பேசிவிடுங்கள். மனதில் அதைப் போட்டு வைத்து குழப்பிக் கொள்ளாதீர்கள்.

14. நூல்களைப் படித்தல், சுற்றுலா, விளையாட்டு, கவிதை என உங்களுக்குப் பிடித்த ஏதோ ஒரு விஷயத்தை விடாமல் செய்யுங்கள், புறக்காரணங்களால் அதனை ஒதுக்காதீர்கள்.

15. தேவையில்லாத கிசுகிசுக்கள், அடுத்தவர் பற்றிய பேச்சுகள் போன்றவற்றில் இருந்து ஒதுங்கி இருங்கள்.

நான் முன்பே சொன்னபடி மேற்கண்ட அனைத்தும் ஒருவருக்கு

பொருந்தாமல் போகலாம். அவரவரின் வாழ்க்கைச் சூழல் பொறுத்து ஏதேனும் ஒன்றிரண்டை முயற்சித்து பார்க்கலாம். இந்தப் பட்டியல் சிலருக்கு அற்பமாகப் படலாம். சிலருக்கு அர்த்தமுள்ளதாக தோன்றலாம். எப்படி இருந்தாலும் சரி உற்சாகக் குறைபாட்டை உருவாக்கும் காரணிகளை ஒதுக்கி உற்சாகமாக இருக்க முனையுங்கள். மகிழ்ச்சி, வெற்றி, பூரிப்பு உள்ளிட்ட எதையும் உணர, கொண்டாட உற்சாகமான மனநிலை அவசியம். துடிப்பும், துள்ளலும் நிறைந்த வாழ்க்கையை எல்லாரும் விரும்புகிறோம். உற்சாகமாக இருந்தாலன்றி அது சாத்தியமில்லை.

5

குழந்தைச் சாமிகள்!

குழந்தைகள், நம் மேட்டிமைத்தனத்தை, நாகரிகத்தை, பொருளாதார உயர்வை, அறிவாளித்தனத்தை வெளிப்படுத்துவதற்கான கருவிகளாக, குறியீடுகளாக முன்னிறுத்தப்படுவதுதான் இன்றைய குழந்தைகளின் நவீனப் பிரச்சினை. நாம் நினைத்தபடி குழந்தை நடந்துகொள்ள வேண்டும் என்று நினைப்பது நியாயமென்றால், அது தான் நினைத்தபடி இருக்க வேண்டும் என்று நினைப்பதும் நியாயம்தான்.

குழந்தைகள் தினத்தை இந்த வருடமும் வழக்கம்போல் விமரிசையாகக் கொண்டாடி முடித்திருக்கிறோம். குழந்தைகள் கொண்டாடுவதற்கு உரியவர்கள் என்பதை உணர்ந்திருக்கிற நாம், அவர்களின் உரிமைகள், விருப்பங்கள் குறித்து பெரிய அளவுக்கு கவனிப்பின்றியே இருக்கின்றோம். குழந்தைகளின் உரிமைகளை நாம் திட்டமிட்டு மறுக்கிறோம் என்று சொல்லி விட முடியாது. ஆனால் அவர்களின் உரிமை என்ன என்பது குறித்த அறிதல் இன்றியே நம்முடைய வாழ்க்கைப் பயணம் நீண்ட தொலைவு கடந்து வந்திருக்கிறது.

'என் தந்தையும், என் குடும்பமும் எனக்கு கொடுக்காத சுதந்திரத்தையும், உரிமையையும் நான் உனக்குக் கொடுத்திருக்கிறேன்' என தங்கள் பிள்ளைகளிடம் சொல்லும் குடும்பங்கள், அப்படிச் செய்வதன் மூலம் மிகப்பெரிய சாதனையைச் செய்துவிட்டதைப் போல பெருமிதம் கொள்கின்றன. உண்மையில் இன்றைய குழந்தைகள் அதிகாரம் கொண்ட

பெரிய மனிதர்களின் உலகத்தில் குரலற்ற மனிதர்களாக வாழ்ந்துகொண்டிருக்கிறார்கள்.

நம்முடைய குழந்தைகள் தொடர்பான அணுகுமுறையிலும், வளர்ப்பிலும் நிறைய முரண்பாடுகள் இருக்கின்றன. நம்முடைய வளர்ப்புமுறை சரியா, தவறா என்ற குழப்பத்தோடு தான் நம்முடைய நாட்கள் நகர்கின்றன. ஆனால் குழந்தைகள் தெளிவாக இருக்கவேண்டும் என்பதில் மட்டும் தீர்மானமாக இருக்கிறோம். மிகச் சிறுவயதிலேயே பெரிய மனிதர்களின் திறன் வேண்டும் என எதிர்பார்க்கிறோம். அதற்காகப் பழக்குகிறோம். ஆனால் நீங்கள் எதிர்பார்க்காத இடத்தில் அவனோ/அவளோ பெரிய மனிதரைப்போல் நடந்து கொண்டால் கண்டிக்கிறோம். சின்னப்பிள்ளைகள் இப்படிச் செய்யலாமா என்று சீறுகிறோம்.

வயதுக்கு மீறிய பேச்சுகளையும், செயல்களையும் ரசிக்கிறோம், கொண்டாடுகிறோம். ஆனால் அதை அவர்கள் நான்கு சுவர்களுக்குள் மட்டும் செய்யவேண்டும் என்று கட்டளையிடுகிறோம். ஒருசமயம் நாம் பாராட்டிய அதே செயலை இன்னொரு இடத்தில் மிகப்பெரிய குற்றம் என்று சொல்லி திட்டுகிறோம். எந்த இடத்தில் என்ன பேசவேண்டும் என்று உனக்குத் தெரியாதா என்று கடிந்துகொள்கிறோம். இத்தனை வயதுக்குப் பிறகு நமக்கே இன்னமும் அந்த சூட்சுமம் விளங்கவில்லை. ஆனால் சிறுகுழந்தைக்கு அது தெரிய வேண்டும் என்று எதிர்பார்க்கிறோம்.

நாம் விரும்புகிற நேரத்தில் அது குழந்தையாகிவிட வேண்டும். நாம் எதிர்பார்க்கிற நேரத்தில் பெரிய மனிதன் அவதாரம் எடுக்க வேண்டும். குழந்தைகள், நம் மேட்டிமைத்தனத்தை, நாகரிகத்தை, பொருளாதார உயர்வை, அறிவாளித்தனத்தை வெளிப்படுத்துவதற்கான கருவிகளாக, குறியீடுகளாக முன்னிறுத்தப்படுவதுதான் இன்றைய குழந்தைகளின் நவீனப் பிரச்சினை.

ஒரு காலகட்டத்தில் நன்கு படிக்கிற மகனை இவன் நன்கு படிக்கிறவன் என்றும், படிக்காமல் சுட்டித்தனம் செய்யும் இன்னொரு மகனை, இவன் சரியான வாலு, பயங்கர சேட்டை பண்ணுவான் என்று சமமாக பார்க்கிற மனநிலை இருந்தது. இன்றைக்கு இந்தச் சமூகம், கல்விக்கூடங்கள், குடும்பங்கள், குழந்தைகள் குறித்து ஒரு நிர்மாணிக்கப்பட்ட அட்டவணையை வைத்திருக்கின்றன. அதற்குள் வராத, வரமுடியாத குழந்தைகள் தகுதியற்றவர்கள் என்று தள்ளிவைக்கப்படுகிறார்கள் அல்லது

அவர்களை அந்த நிர்மாணத்துக்குள் கொண்டுவர நியாயமற்ற முயற்சிகள் எடுக்கப்படுகின்றன.

இந்தச் சமூகம் நாகரிகம் என்று வரையறுத்துள்ள நடைமுறைகளை மிகச்சிறிய வயதிலேயே குழந்தைகள் புரிந்துகொண்டு செயல்பட வேண்டும் என்று அவர்களை நிர்பந்திப்பது குழந்தைகளுக்கு எதிரான வன்முறையாகும். ஆனால் ஒரு குழந்தை இப்படித்தான் நடந்துகொள்ள வேண்டும் என்று புறக்காரணிகளின் பொருட்டு அவர்களை நிர்பந்தித்துக் கொண்டேயிருக்கிறோம்.

சினிமா தியேட்டரில் அழாமல் ஒரே இடத்தில் உட்கார்ந்து சினிமா பார்க்கிற, வெளியிடங்களுக்குச் செல்லும் போது அடம் பிடிக்காமல் அமைதியாய் இருக்கிற, பொது நிகழ்ச்சிகளில் சொன்னவுடன் தனித்திறமைகளைச் செய்து காட்டுகிற, யாராவது, ஏதாவது கொடுத்தால் தேங்க்ஸ் சொல்லுகிற, அபார்ட்மெண்ட் நிகழ்ச்சிகளில் அறிவாளித்தனத்தை காட்டுகிற, உறவுக்காரர்கள், நண்பர்கள் வீட்டில் எனக்கு இது வேண்டும் என்று கேட்காத, அடுத்தவர் வீட்டுக்குப் போகும்போது அடம்பண்ணாத பிள்ளைகள் நல்ல பிள்ளைகள் என்று அடையாளப்படுத்தப்படுகிறார்கள்.

இந்தச் சமூகத்தின் சூழலுக்கேற்ப நாகரிகமாக குழந்தைகள் நடந்துகொள்ள வேண்டும் என்று எதிர்பார்க்கிற நமக்கு, குழந்தைகளின் அடிப்படையான உணர்வுகள் மீதான கவனம் இல்லாமல் போய்விடுகிறது. நமக்கு கொஞ்சும் ஆசை வரும்போது அவர்கள் குழந்தைத்தனமாகவும், நாகரிகமாக நடந்துகொள்ள வேண்டும் என்று நம்பப்படுகிற இடங்களில் மிக அமைதியாகவும் நம் சௌகரியத்துக்கு ஏற்ப அவர்கள் நடந்துகொள்ள வேண்டும் என்று எதிர்பார்ப்பது நியாயமாக இருக்கலாம். நாம் நினைத்தபடி குழந்தை நடந்துகொள்ள வேண்டும் என்று நினைப்பது நியாயமென்றால், அது தான் நினைத்தபடி இருக்க வேண்டும் என்று நினைப்பதும் நியாயம்தான்.

இவ்வளவு விஷயங்கள் செய்தும், பழக்கியும் நாம் நினைத்தபடி நம்முடைய குழந்தைகள் வளருகிறதா என்றால் அதுவும் இல்லை. காரணம்... ஒரு குழந்தைக்கு அவசியமாக கற்பிக்க வேண்டிய விஷயங்களை விட சமூகத்துக்கு நிரூபிப்பதற்காகவே நாம் பல விஷயங்களை அவர்கள் மீது திணித்துக்கொண்டிருக்கிறோம்.

எவ்வளவோ விஷயங்களை பார்த்துப் பார்த்து

செய்கிறோம். ஆனால் நம்முடைய பிள்ளைகள் வீட்டை விட வெளியிலோ அல்லது நண்பர்களுடனோ இருக்கவே விரும்புகிறார்கள். நீ முக்கியமானவன்/முக்கியமானவள் என்ற உணர்வைத் தருவதில் நம்முடைய வீடுகள் ஏதோ ஓர் இடத்தில் தவறு செய்துவிடுகின்றன. எல்லா வயதிலும் மனிதர்கள் தங்களுக்கு முக்கியத்துவம் தரப்பட வேண்டும் என்று எதிர் பார்க்கிறார்கள். குழந்தைகளும் அப்படியே. அதனால்தான் தனக்கு முக்கியத்துவம் கிடைக்கிற நண்பர்கள்குழாமை நோக்கியே அவர்கள் நகருகிறார்கள்.

கல்வியைத் தாண்டி பல்வேறுவிதமான விருப்பத் திறன் களுக்கு நண்பர்கள் மத்தியில் பாராட்டும் முக்கியத்துவமும் கிடைக்கிறது. இயலாமையை ஒரு குற்றமாகக் கருதும் நம்முடைய வீடுகளைப் போல, நண்பர்கள் இருப்பதில்லை. அதனால் நண்பர்களைத்தான் பிள்ளைகளுக்குப் பிடிக்கிறது. வீடுகள், சொல்வதிலும் செய்வதிலும் முரண்பாடுகள் முன்வைக்கின்றன. பொறுப்பான பிள்ளையாக இருக்கச் சொல்லும் வீடுகள், எந்தப் பொறுப்பையும் பிள்ளைகளை நம்பி கொடுத்துவிடுவதில்லை. வீட்டு விஷயங்களில் அக்கறை எடுத்துக்கொள்ள வேண்டும் என்று அறிவுறுத்தும் வீடுகள், முக்கியமான பேச்சுவார்த்தைகளின்போது, 'சின்னப்பிள்ளைக்கு இங்கென்ன வேலை, வெளியே போ' என்று விரட்டுகின்றன.

பிள்ளைகளை எப்படி வளர்க்க வேண்டும் என்பதில் நமக்கு குழப்பங்கள் இருப்பதைப் போலவே எப்படி நடந்துகொள்ள வேண்டும் என்பதில் பிள்ளைகளுக்கும் நிறைய குழப்பங்கள் இருக்கின்றன. அதை விபரமாகக் கேட்கவோ, விவாதிக்கவோ தேவைப்படும் சுதந்திரம் நம்முடைய வீடுகளில் இல்லை. ஒரு தடவை சொன்னா புரியாதா என்று ஒரே அடியில் அடித்து முடித்துவிடுகிறோம். நீங்கள் ஒரு தடவை சொல்லி குழந்தைக்கு புரியவில்லையென்றால் நீங்கள் புரியும்படியாக சொல்லவில்லை என்பதையும் புரிந்துகொள்ள வேண்டும்.

நானெல்லாம் எங்க அப்பா கண் அசைவிலேயே அவர் என்ன சொல்றாருன்னு புரிஞ்சுக்குவேன் என்று அடிக்கடி சொல்கிற நாம், நம் பிள்ளைகளைப் போல இத்தனை நெருக் கடிகளோடு வளரவில்லை என்ற நியாயத்தையும் ஏற்றுக் கொள்ள வேண்டும். நமக்கு இந்த அளவுக்கு பொருளாதாரம் இல்லை, நெருக்கடிகளும் இல்லை. சுமாராகப் படிக்கிறவன் மக்கு என்று பட்டம் கட்டப்படவில்லை. எல்லாவற்றிலும் முத லிடம் வரவேண்டும் என்று கட்டளைகள் இடப்படவில்லை.

இந்த உலகம் எல்லாருக்கும் பொதுவானது. பெரியவர்களைப் போலவே குழந்தைகளுக்கும் உரிமைகள், உணர்வுகள் உண்டு. இந்த நியாயத்தை ஏற்றுக்கொண்டாலன்றி குழந்தைகளின் நியாயமான உணர்வுகளையும், அவர்களின் அவசியத் தேவைகளையும் உணர்ந்துகொள்ள முடியாது.

குழந்தைகள் கொண்டாண்டத்திற்கு உரியவர்கள்தான். ஆனால் அவர்கள் விரும்பும் கொண்டாட்டங்களுக்கும் நம் வீடுகள் இடம் தரவேண்டும்.

6

தந்திரக் கோபம்!

கோபம் ஒரு "தந்திரம்". பல நேரங்களில் தன் மீதுள்ள தவறுகளை மறைத்துக் கொள்வதற்காக, யார் நியாயமாக கோபப்பட வேண்டுமோ அவருக்கு முன்னதாக நாம் குரலை உயர்த்தி கோபத்தை வெளிக்காட்டி விடுகிறோம். கோபம் என்பது அதிகாரத்தின் வெளிப்பாடு. பல நேரங்களில் அதை நமக்குக் கீழ் இருப்பவர்கள் மீது, நம்மை எதிர்க்க முடியாதவர்கள் மீதே வெளிப் படுத்துகிறோம்.

கோபம் வருகிறபோது நாம் ஏன் சத்தமாகப் பேசுகிறோம் என்று தனது குருவிடம் ஒரு சிஷ்யன் கேட்டார்? இந்தக் கேள்வியை கேட்டவுடன் மற்ற சிஷ்யர்கள் விநோத மாகப் பார்த்தனர். காரணம் அப்படி ஒரு கோணத்தில் கோபத்தைப் பற்றி யாரும் யோசித்தது இல்லை. நாமும் கூட யோசித்திருக்க மாட்டோம். கோபம் வருகிறபோது நாம் சத்தமாகப் பேசுகிறோம். ஏன் அப்படிப் பேசுகிறோம்? குரு ஒரு விளக்கம் சொன்னார். நமக்கு யார் மீதாவது கோபம் வருகிறபோது அவருக்கும் நமக்கும் இடையிலான உணர்வு ரீதியான மன இடைவெளி அதிகரித்து விடுகிறது. அன்பு என்ற அளவுகோலின்படி அவர் நம்மிடம் இருந்து தூரத்திற்குச் சென்று விடுகிறார். அதனால்தான் நம்மையறியாமல் நாம் சத்தம் போட்டு பேசுகிறோம். உரிமைப்பட்டவர்கள் மீதுதான் நாம் கோபம் கொள்கிறோம். ஆனால் கோபப்படும்

சமயங்களில் நாம் அவர்களிடம் இருந்து விலகி நிற்கிறோம்.

நமக்காக எல்லா நேரங்களிலும் நம் மோடு இருக்கிற மனிதர்களிடம் கோபம் கொள்கிறபோது நம்மை அறியாமல் நாம் விலகிப் போகிறோம். இதில் என்ன பெரிய பிரச்சினை இருக்கிறது? ஒரு பிரச்சினையும் இல்லை. ஏதோ ஒன்றிரண்டு முறை அப்படி நடக்கிறபோது பெரிய சிக்கல் இல்லை. ஆனால் அந்தக் கோபம் அடிக்கடி நிகழ்கிறபோது இந்த மனரீதியான இடைவெளி அதிகரித்துக் கொண்டே போகலாம். உரிமைப்பட்டவர்களிடம் நாம் கோபம் கொள்வதற்குப் பின்னால் ஓர் உளவியல் ரீதியான

நம்பிக்கை ஒளிந்து கிடக்கிறது. அவர்கள் நம்மை எப்படியும் மன்னித்து விடுவார்கள் என்ற நம்பிக்கைதான் அது. அதே உளவியல் அடிப்படையில் பார்க்கிறபோது தொடர்ந்து கோபப்படுவதால் அந்த இருவருக்கு இடையில் மன ரீதியான இடைவெளி அதிகமாகி மன்னிக்கிற மனிதர்கள் கூட விலக ஆரம்பிக்கிறார்கள்.

உண்மையில், கோபம் ஒரு "தந்திரம்". பல நேரங்களில் தன் மீதுள்ள தவறுகளை மறைத்துக் கொள்வதற்காக, யார் நியாயமாக கோபப்பட வேண்டுமோ அவருக்கு முன்னதாக

நாம் குரலை உயர்த்தி கோபத்தை வெளிக் காட்டி விடுகிறோம். இதன்மூலம் தவறு செய்யாதவர் தன் மீதுதான் தவறு இருக்கும் போலிருக்கிறது என்று கருதி அமைதியாகி விடுவார் என்று நம்புகிறோம். வாகனத்தில் சென்று கொண்டு இருக்கும் போது யார் மீதாவது கவனக்குறைவாக மோதி விடுகிறோம். தவறு நம்முடையதுதான். ஆனால் அவருக்கு முன்னதாக நாம் கோபத்தைக் காட்டுகிறோம்.

இன்னொரு பக்கம் கோபம் என்பது அதிகாரத்தின் வெளிப்பாடு. பல நேரங்களில் அதை நமக்குக் கீழ் இருப்பவர்கள் மீது, நம்மை எதிர்க்க முடியாதவர்கள் மீதே வெளிப்படுத்துகிறோம். நம்மில் பெரும்பாலானவர்கள் தந்திரமான, அதிகாரமான கோபக்காரர்களாகத்தான் இருக்கிறோம். இதனால் நமக்கு பல சௌகரியங்கள் இருக்கின்றன. ஆனால் இப்படிப்பட்டவர்கள் தன் கோபத்தால் மற்றவர்கள் மனரீதியான துன்புறுத்தலுக்கு ஆளாகிறார்கள் என்று கவனிப்பதே இல்லை. அவர்கள் அதுபற்றி அசட்டையாகவே இருக்கிறார்கள். ஆனால் உங்கள் அன்புக்குரிய மனிதர்கள் உங்களை விட்டு விலகிப் போய்க் கொண்டே இருக்கிறார்கள் என்று உணருங்கள்.

அடுத்தவர் மீதிருக்கும் அன்பால் கோபப்படும் மனிதர்களையும், தன் மன உளைச்சலில் இருந்து வெளிப்படுவதற்காக கோபப்படும் மனிதர்களையும் ஒரே பட்டியலில் சேர்க்க முடியாது. தன் மன உளைச்சல், எரிச்சல் இவற்றில் இருந்து விடுபட அதிகாரமற்ற, எதிர்க்க திராணியற்ற யாரிடமாவது கோபமாக கத்துவது கோழைத்தனம்.

நடைமுறை வாழ்க்கையில், கோபம் அப்படி ஒன்றும் கெட்ட குணம் அன்று. ஆனால் அது எதன் பொருட்டு நடக்கிறது என்பதே முக்கியமானது. அது சுயநலம் சார்ந்த, அதிகாரத்தை வெளிப்படுத்துகிற ஆயுதமாக பயன்படுத்தப்படும் பட்சத்தில், அதன் மீது, அந்தக் கோபத்தை வெளிக்காட்டுகிறவர்கள் மீது மரியாதை வருவதில்லை. அது அன்பின் பொருட்டு நடக்கிறபோது அப்போது இல்லையென்றாலும், பின்னாளில் பெரிதாக மதிக்கப்படும். இந்த உலகத்தில் மனிதர்களால் என்றைக்கும் கொண்டாடப்படும் மாமனிதர்கள் பலரும் கொஞ்சம் கோபக்காரர்கள்தான். அந்தக் கோபம் அன்பின்பால்பட்டது. அது என்றைக்கும் நேசிக்கப்படும். அத்தகைய மனிதர்களின் பின்னால் வர மனிதர்கள் என்றைக்கும் தயாராகவே இருப்பார்கள்.

ஆனால் அதிகாரத்தை ஆயுதமாகப் பயன்படுத்தி கோபத்தைக் காட்டுகிறவர்கள், தான் என்ன செய்தாலும் இவர்கள் என்னோடு இருப்பார்கள் என்ற கற்பனையை நம்பிவிடும் அளவுக்கு பலகீனமான மனிதர்களாக மாறிப் போகிறார்கள்.

கோபம் ஒரு மிகச்சிறந்த குணம். அது அன்பின் வழி நின்று பிரயோகிக்கப்படுகிறபோது, தவறான வழியில் செல்லும் ஒருவரை கரை சேர்க்கிறது. அன்பு நிறைந்த மனிதர் கூட்டத்தை சேகரிக்கிறது. உள்ளார்ந்த அன்பை உணர்ந்து கொள்ளும் பக்குவத்தை உருவாக்கித் தருகிறது. தன்னலமற்ற மனிதர்களால் மட்டுமே அப்படியான கோபத்தை வெளிக்காட்ட முடியும்.

நான் பள்ளியில் படிக்கிறபோது எனது நண்பன் ஒருவன் பல்கலை வித்தகனாகத் திகழ்ந்தான். படிப்பு, விளையாட்டு, பேச்சுப்போட்டி, கவிதைப் போட்டி என எல்லாவற்றிலும் முன்னணியில் இருந்தான். அதனால் தலைமையாசிரியர் தொடங்கி அனைவரிடமும் அவனுக்கு நற்பெயர் உண்டு. எல்லாத் துறைகளிலும் அவன் சிறந்து விளங்கியதால் பள்ளிக்கூடத்தின் செல்லப்பிள்ளையாக வலம் வந்தான். அவன் படிப்பிலும் கெட்டி என்பதால் அவன் சிறு தவறுகள்

செய்கிறபோது பெரிதாக கண்டுகொள்ள மாட்டார்கள். ஆனால் ஒரே ஓர் ஆசிரியர் மட்டும் அவன் மீது அடிக்கடி கோபப்படுவார். அவன் குறைகளை சுட்டிக்காட்டி திட்டுவார். நாங்கள் பள்ளியில் இருந்து வெளியே வரும்வரை அவர் அவனிடம் கோபப்படும் ஆசிரியராகவே நடந்து கொண்டார்.

சில வருடங்களுக்கு முன்பு எங்கள் பள்ளியின் ஆண்டு விழாவிற்கு பழைய மாணவர்கள் எல்லாரும் சென்றிருந்தோம். அந்த நண்பனும் வந்திருந்தான். அவன் மீது கோபம் காட்டிய அந்த ஆசிரியரும் நிகழ்ச்சியில் கலந்து கொண்டார். எங்கள் எல்லாரையும் தாண்டி, தான் எப்போதும் கோபப்படும் அந்த நண்பனிடம்தான் அவர் முதலில் நலம் விசாரித்தார். அவனிடம் படிக்கிற காலத்தில் ஒருமுறைகூட அவர் அவ்வளவு அன்பாகப் பேசியதில்லை. என் நண்பன் தயங்கிக் கொண்டே அவரிடம் கேட்டான். 'ஏன் சார் நான் இங்க படிக்கிறப்ப எப்போதும் என் மேல கோபமாவே இருந்தீங்க?' அந்த ஆசிரியர் லேசான புன்னகையோடு பதில் சொன்னார். "உன் மேல எனக்கு ஒரு கோபமும் இல்லை. நீ எல்லாத்துலயும் திறமைசாலியாக இருந்ததால எல்லாரும் உனக்கு செல்லம் கொடுத்தாங்க. அதனால நீ கவனக்குறைவாக இருந்துடக்கூடாது என்பதற்காகத்தான் நான் உன்னிடம் பொய்க்கோபம் காட்டினேன். ஒரு நல்ல பையன் பொறுப்பில்லாமல் போய்விடக்கூடாது என்பதற்காக நான் காட்டிய கோபம் அது" என்றார்.

கோபப்படுவதற்கு நிறைய அன்பும், பக்குவமும், தியாகமும் தேவைப்படுகிறது. அந்த ஆசிரியரைப் போல் திட்டமிட்டு அன்பின் வழி நின்று கோபப்பட முடியுமென்றால் நீங்களும் கோபப்படுங்கள். எரிச்சலை, ஆத்திரத்தை, கொந்தளிப்பை சரி செய்து கொள்வதற்கான வடிகாலாக கோபத்தை பயன்படுத்தாதீர்கள். தந்திரக் கோபம், அதிகாரக் கோபம், கோழைத்தனமான கோபம் இவற்றை நகர்த்திவிட்டு அன்புக் கோபத்தை வெளிக்காட்டுங்கள். அப்போது மனங்களுக்கு இடையிலான இடைவெளி அதிகரிக்காது.

கோபப்பட்டு கத்தும்போது நினைவில் வைத்துக் கொள்ளுங்கள்... உங்களுக்கும் உங்கள் அன்புக்குரியவர்களுக்கும் இடையிலான மன இடைவெளி அதிகரித்துக் கொண்டே போகிறது என்று.

7

நடைத் தெரு!

வசதி வந்துவிட்டதால், வாகனங்கள் வந்துவிட்டன. அதனால் நாம் நடப்பதில்லை என்று நினைக்கிறோம். அப்படி கிடையாது. நம்மை விட வசதி படைத்த நாடுகளில் நம்மை விட நிறையவே நடக்கிறார்கள்.

சிறுவயதில் சினிமா பார்த்த அனுபவங்கள் இன்னமும் மனதில் பசுமையாக இருக்கின்றன. அதற்கு சினிமா மட்டும் காரணம் இல்லை. படம் பார்த்துவிட்டு இரண்டு கிலோமீட்டர் தூரம் நண்பர்கள் எல்லாரும் நடந்தே வீடு வருவோம். சினிமாவில் இடம்பெற்ற காட்சிகள் பற்றியும், அதன் கதை பற்றியும் பேசிக்கொண்டே நடந்த அந்த அரை குளிர்நாட்கள் நெஞ்சுக்குள் அழகாக பதிந்து இருக்கின்றன. சினிமா பார்த்த சுவாரஸ்யத்தை விட அரைமணி நேரம் பேசிக்கொண்டே நடந்து வரும்போது அது இன்னமும் ஆனந்தமாய் இருக்கும்.

அந்த இரண்டு கிலோமீட்டர் நடையில் இன்னொரு முறை சினிமா பார்த்தது போல ஒரு அனுபவம் கிடைக்கும். சினிமாவுக்கு மட்டுமல்ல, பள்ளிக்கூடத்திற்கு, கல்லூரிக்கு, டியூஷனுக்கு என்று பல இடங்களுக்கும் நடந்து போகிற ஆட்களாகவே நாம் இருந்தோம். அது பெரும் களைப்பாக இல்லை. இன்னும் சொல்லப்போனால் நிறைய பேசி, சிரித்து

அனுபவிக்கும் ஒரு வாய்ப்பாக இருந்தது.

இன்றைக்கு நடை ரொம்பக் குறைந்துவிட்டது. அடுத்த தெருவுக்கு செல்வது கூட அலுப்பாய் தெரிகிறது. பெரியவர்கள் மட்டுமல்ல சிறுவர்களுக்கும் கூட நடை ஒரு பெரும் சுமை போல படுகிறது. பள்ளிக்கூடத்தில் இருந்து பஸ் பிடிக்கும் இடம் வரைக்குமான தூரம்தான் அவர்களின் நடைப்பயணம் என்பதாய் வாழ்க்கை மாறியிருக்கிறது. இளைஞர்களும், யுவதிகளும் காதில் இயர்போன் மாட்டியபடி அவர்களின் தனி உலகத்தில் நடந்து கொண்டு இருக்கிறார்கள். இரண்டு, மூன்று பேராய் சேர்ந்து நடந்து வரும்போது கூட தங்களுக்குள் பேசிக் கொள்ளாமல் இயர்போன் வழியே எதையோ கேட்டுக் கொண்டே வருகிறார்கள்.

ஒரு காலத்தில் வசதிக்குறைவு, சாலைகள், வாகனங்கள் இல்லாதது போன்ற பல காரணங்களால் வெகு தூரம் நடக்க வேண்டிய தூரம் இருந்தது. அந்த நிலைமை இன்றைக்கு மாறிவிட்டது. ஆனால் இன்றைக்கு நகரங்களிலும், சிறு நகரங் களிலும் ஏன் கிராமங்களிலும் கூட நடப்பதற்கு யோசிக்கிற ஆட்களாக நாம் மாறி இருக்கிறோம். நடந்துதான் ஆக வேண் டும் என்றிருந்த கட்டாய நிலையை மாற்றிவிட்டது நம்முடைய வெற்றிதான். ஆனால் நடக்கவே மறுக்கிற, தயங்குகிற மனநிலை நமக்கு வந்திருப்பது கவலையளிக்கிறது.

நடை என்பது உடம்பின் இயங்கியல் மட்டுமன்று அது உணர்வுப் பரிவர்த்தனைகளுக்கான ஒரு வாய்ப்பு. துணி பேக்கின் நீள கைப்பிடியை தலையில் மாட்டிக்கொண்டு இரண்டு பள்ளிக்கூட தோழர்கள் ஒருவர் தோளில் ஒருவர் கை போட்டுக் கொண்டு ஊர்க்கதையெல்லாம் பேசிக்கொண்டே நடந்து கடந்த நாட்கள் போன தலைமுறைக்கு ஒரு சுகானுபவம். இன்றைக்கும் அது ஓரளவு இருக்கிறது. ஆனால் நிறைய பிள்ளைகளுக்கு அந்த வாய்ப்பு இல்லை.

நாமும் கூட பிள்ளைகளை பெரிய அளவுக்கு நடப்பதற்கு அனுமதிப்பது இல்லை. அருகில் இருக்கிற கடைக்கு போகக் கூட இருசக்கர வாகனம் தேடும் மனிதர்களாக நாம் மாறி விட்டதால் நடையும், அதோடு கூடிய பேச்சு சம்பாஷணை களும் அதனை ஒட்டிய அனுபவங்களும் அவர்களுக்கு கிடைப்பது இல்லை. அலுவலகம் முடித்துவிட்டு நண்பர்களாக நடந்து கொண்டே வரும் அனுபவம், தோழிகள் சகிதம் ஆலையில் இருந்து வீடுவரை நடந்துவரும் பெண்கள் என ஒவ்வொன்றாய் குறைந்துகொண்டே வர, அதை ஒட்டிய

அவர்களின் பேச்சுவார்த்தைகளும் குறைந்துவிட்டன.

வசதி வந்துவிட்டதால், வாகனங்கள் வந்துவிட்டன. அதனால் நாம் நடப்பதில்லை என்று நினைக்கிறோம். அப்படி கிடையாது. நம்மை விட வசதி படைத்த நாடுகளில் நம்மை விட நிறையவே நடக்கிறார்கள். நாம்தான் நடந்து செல்லக்கூடிய தூரமாக இருந்தாலும், அதற்கு நேரம் இருந்தாலும் நடப்பதைத் தவிர்க்கிறோம். வாகனங்களின் துணையோடு எதிர்ப்படும் எல்லாவற்றையும் வேகமாகக் கடக்கிறோம்.

அருகில் இருக்கும் பூங்காவின் அழகான காட்சிகள், தெருமுனையில் புதிதாக முளைத்திருக்கும் பூக்கடை, ஒரு பழைய குடையின் கீழ் உட்கார்ந்து கொண்டு குடை ரிப்பேர் செய்யும் தாத்தா, நம் தெருவுக்குள் புதிதாக நடமாடும் சிகப்பு நாய் என நல்லது கெட்டது எல்லாவற்றையும் விருட்டென கடந்து போகிறோம். எதிர்ப்படும் தெரிந்த மனிதர்களிடம் காட்ட வேண்டிய புன்னகை, யாரோ தெரிந்தவர் போல இருக்கிறதே என்று கவனிப்பதற்கான அவகாசம் என எதுவும் இல்லாமல் காற்றைக் கிழித்துக் கொண்டு பறக்கின்றன நம் பயணங்கள்.

இப்போதெல்லாம் யாருக்கும் எதற்கும் நேரமில்லை என்ற கூற்று ஓரளவுக்கு உண்மை என்றாலும் நேரம் ஒத்துழைக்கும் போதாவது நடக்கலாம். நடை என்பது மனிதர்களையும் சமூகத்தையும் நிதானமாக கவனிக்க, அணுக அவசியப்படுகிறது. பத்து வருடமாக நாம் இருக்கும் வீதியில் நமக்கு யாரோடும் பெரிய பழக்கம் இல்லை. ஆனால் நம் வீட்டில் இருக்கும் பெரியவர்களுக்கு நம் தெருவில் பலரை தெரிந்திருக்கிறது. அவர்களுக்கென்று அங்கு ஒரு நட்பு வட்டம் இருக்கிறது. அதனால் இது என் தெரு, என் பகுதி என்ற இணைப்பும் ஈடுபாடும் இருக்கிறது.

காரணம், அவர்கள் தங்கள் பழைய பழக்கத்தை தொலைத்துவிடாமல் நடந்து போகக்கூடிய இடங்களுக்கு நடந்து செல்லுகிறார்கள். நடக்கும் போது கிடைக்கின்ற அவகாசம் வாகனத்தில் கடக்கும் போது வருவதில்லை. படியில் ஏறியோ, இறங்கியோ வரும்போது சந்திக்கும் மனிதர்களிடம் சிரிப்பால் கிடைக்கும் நட்பை 10 விநாடிகளில் பறக்கும் லிப்டுகளால் கொடுக்க முடிவதில்லை.

இந்த கட்டுரையை எழுதுவதற்கு ஒரு காரணம் உண்டு. எதற்கெடுத்தாலும் தன் இரு சக்கர வாகனத்தை எடுத்துக்கொள்ளும் ஒரு நண்பர், சமீபகாலமாக உடல்

12

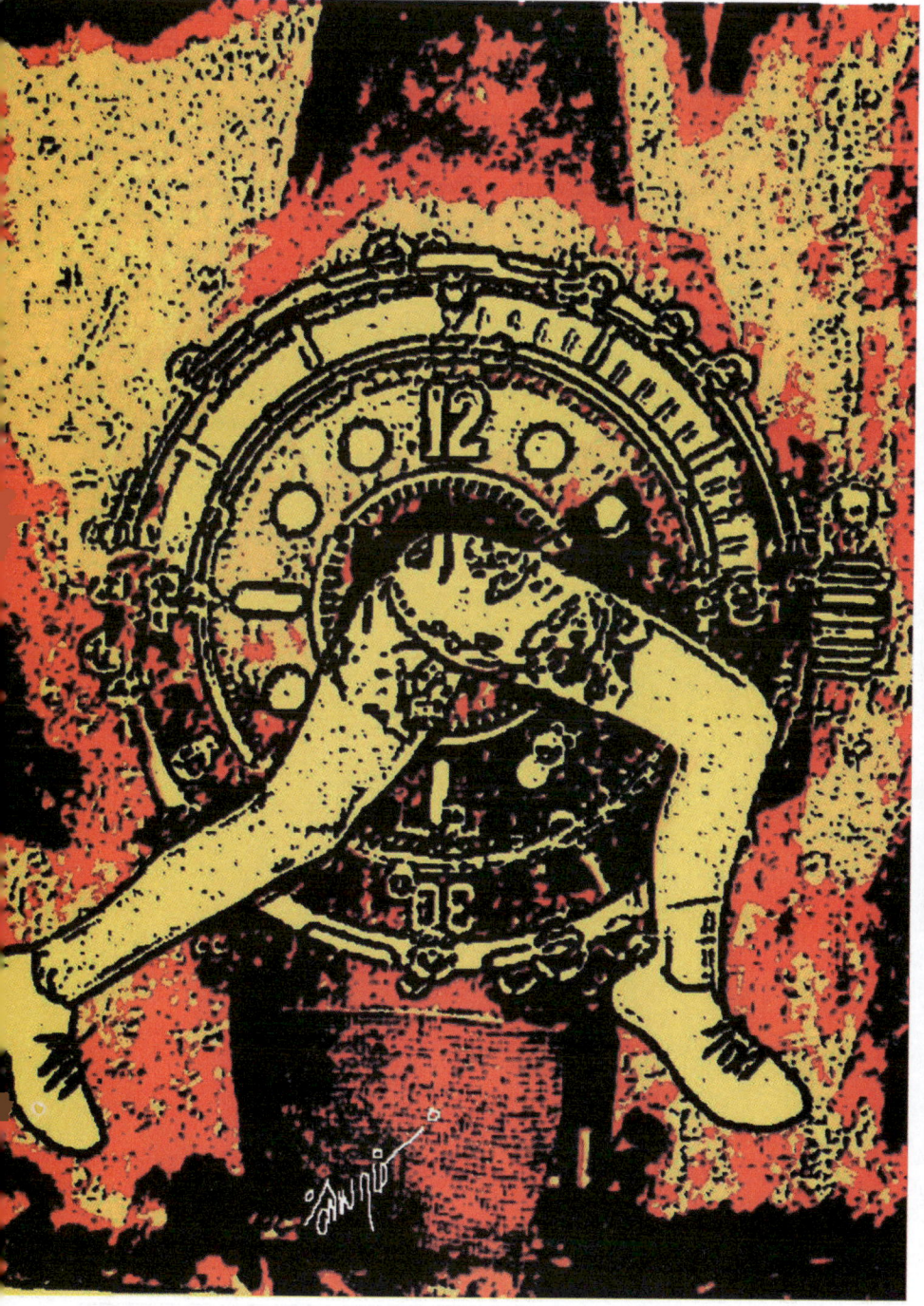

நலத்தைக் கருத்தில் கொண்டு அருகில் இருக்கிற இடங்களுக்கு நடந்து சென்றுவர வேண்டும் என்று முடிவெடுத்தார். இருபது நாட்கள் அப்படிச் செய்தபிறகு ஒரு நாள் என்னை சந்தித்தார். "இந்த இருபது நாளில் எனக்கு தெரிந்த நிறையபேர் இந்தப் பகுதியில் இருப்பதை தெரிந்துகொண்டேன். அதில் சில பழைய சிநேகிதர்களும் அடக்கம். இப்போது எனக்கு இங்கு ஒரு நண்பர்கள் வட்டாரமே கிடைத்து விட்டது தம்பி. வெறுமை குறைந்ததுபோல உணர்கிறேன்" என்றார்.

அட தெருவுல இறங்கி நடக்குறதுக்கு எங்கே இடம் இருக்கிறது. நடக்கவே பயமா இருக்கு என்று ஒரு பதில் சொல்லலாம். முயற்சி செய்து பார்க்க முனைபவர்களுக்கு நிச்சயமாய் இடம் இருக்கிறது. காலையில் நடைபயிற்சி செய்ய வேண்டும் என்று நினைக்கிறவர்கள் பலராலும் அந்த சபதத்தை நிறைவேற்ற முடிவது இல்லை. குறைந்தபட்சம் அருகில் இருக்கும் இடங்களுக்கு நடக்க ஆரம்பித்தால் அதை ஈடுகட்டலாம். அதைவிட முக்கியம் நடக்கும்போது நாம் கவனிக்கப் போகிற விஷயங்களும், மனிதர்களும் நமக்குத் தரப்போகும் புத்துணர்ச்சி.

8

என்னை அறிந்தால்!

'நான் விழுந்தாலும் எழுவேன்' என்று நீங்கள் தீர்மானமாக நம்பினால் அடுத்தவர் என்ன சொன்னாலும் உங்கள் உறுதியை குலைக்க முடியாது. ஒன்றை அடைவதற்கான உரிமையையும் தகுதியையும் நமக்கு வேறு யாரும் தரவேண்டியதில்லை.

ஹென்றி ஃபோர்டு பற்றி ஒரு தகவல் சொல்லப்படுவது உண்டு. அவரின் நிறுவனம் தோல்விமுகத்தில் சென்று கொண்டிருந்தபோது, அவருக்கு கடன் கொடுக்கும் கம்பெனிகள் இந்த ஆளுக்கு தொடர்ந்து கடன் கொடுக்கலாமா, வேண்டாமா? என்பதை ஆராய்ந்து முடிவு செய்ய ஒரு குழுவை நியமித்தார்களாம். ஹென்றி ஃபோர்டுக்கு கடன் கொடுப்பதன் மூலம் மட்டுமே சில வங்கிகள் லாபத்தை சம்பாதித்துக்கொண்டிருந்த காலகட்டம் அது. ஆய்வுக்குழுவின் முடிவுக்காக வங்கிகள் காத்திருந்தன. 'இவரை நம்பி கடன் கொடுக்காதீங்கப்பா, சீக்கிரமே அவரு திவால் ஆகப்போறாரு' என்றொரு அறிக்கையைத்தான் ஆய்வுக்குழு தரும் என்று பலரும் எதிர்பார்த்துக்கொண்டிருந்தார்கள்.

ஆய்வுக்குழுவின் அறிக்கை அதற்கு நேர்மாறாக இருந்தது. 'இன்னும் மூன்று வருடங்களுக்கு ஃபோர்டின் நிலைமை இதே மாதிரி இருந்தால்கூட அடுத்த ஐந்து ஆண்டுகளில் அவர் எதிர்பார்க்க முடியாத, மிகப்பெரிய வளர்ச்சியை எட்டுவார்

என்பதுதான் ஆய்வுக்குழுவின் முடிவு. ஆய்வுக்குழு போர்டு நிறுவனத்தின் பொருளாதாரச் சிக்கல்களை கணக்கில் எடுத்துக் கொண்டது போலவே, ஹென்றி ஃபோர்டின் மனோபாவம், தொழில் மீதான அவரின் நம்பிக்கை, எந்த விஷயத்தையும் நேர்மறையாக அணுகுகிற அவரின் பண்பு ஆகியவற்றையும் கணக்கில் எடுத்துக்கொண்டு இந்த முடிவுகளைக் கொடுத் திருந்தது.

ஆய்வுக்குழு கொடுத்த காலக்கெடுவுக்கு முன்பே ஹென்றி ஃபோர்டு தன்னுடைய நிறுவனத்தை மீண்டும் உச்சத்திற்கு கொண்டுவந்துவிட்டார் என்பது வேறு தகவல். ஒரு நிறு வனமோ, ஒரு தனி நபரோ வளர்தல், வீழ்தல் ஆகிய இரண்டும் அவரது பொருளாதார சூழ்நிலைகளை மட்டும் வைத்துக் கொண்டு நடப்பதில்லை. மாறாக, அந்த மனிதரின் குணாதிச யங்கள், பண்புகள் அதில் முக்கிய இடத்தைப் பிடிக்கின்றன.

பாக்கெட்டில் பத்து பைசா இல்லாதபோதும் வாழ்க்கையை பதட்டமில்லாமல் பார்க்கிறவர்கள் உண்டு. வங்கிக் கணக்கில் இருப்பு, தான் நினைப்பதை விட குறைவாக இருப்பதைப் பார்த்தவுடனேயே என்ன செய்யப்போகிறோம் என்று சோர்ந்து போவோரும் உண்டு. 'வாழ்க்கை இப்படியேவா இருந்துடப்போகுது, நானும் பெரிய ஆளா வருவேன்' என்று எதிர்காலத்தை நம்பிக்கையோடு பார்க்கிறவர்கள் இருப்பதைப் போலவே, எல்லாம் இருந்தும் எதிர்காலம் என்ன ஆகுமோ என்ற கவலையோடே தினசரி நாட்களை கழிக்கிறவர்களும் உண்டு.

விழுகிற வேகத்தைப் பலமடங்கு உத்வேகத்தோடு எழுவார் என்று ஆய்வுக்குழு சான்றிதழ் கொடுத்த ஹென்றி ஃபோர்டு சிம்பிளாக ஒரு தத்துவம் சொல்லுகிறார். "ஒன்றைச் செய்ய முடியும் என்று நீங்கள் நினைத்தாலும் அதனைச் செய்ய முடியாது என்று நினைத்தாலும், நீங்கள் நினைப்பது சரிதான். ஏனென்றால் நீங்கள் நினைப்பதுதான் நடக்கும்". இனி ஒன்றும் செய்யமுடியாது என்று நாமே முடிவெடுத்துவிட்ட பிறகு அடுத்தவர்கள் உதவினால் கூட ஆகப்போவது ஒன்றுமில்லை. என்னால் இதைச் செய்துவிட முடியும் என்ற நம்பிக்கையோடு ஒரு விஷயத்தை அணுகுகிறவரின் உடல்மொழியும், பேச்சும் நம்பிக்கையோடு மிளிருகின்றன. அப்படியான மனிதர்களை அடுத்தவர்கள் இயல்பாகவே நம்புகிறார்கள். ஹென்றி ஃபோர்டை வங்கிகள் நம்பியதற்கு அதுதான் காரணம். ஆய்வுக்குழுவுக்கு நம்பிக்கை ஏற்படுத்தும்படியான தன்மை

களை கொஞ்சமும் தளராமல் தன் வசம் வைத்திருந்ததுதான் ஹென்றி ஃபோர்டின் பலம். இதெல்லாம் வரலாற்றில் இடம்பிடித்த ஏதோ ஒரு சிலருக்கு மட்டும் சாத்தியம் என்பது தோன்றலாம். அப்படியெல்லாம் சட்டென்று முடிவுக்கு வரமுடியாது. நம்மைச் சுற்றி இருக்கும் மனிதர்களில் கூட அப்படிப்பட்டவர்களாக இருக்கிறார்கள்.

என் நண்பனின் தந்தை இறந்தபோது அவர்களின் தொழில் படுபாதாளத்தில் இருந்தது. மூன்று பஸ்கள் சொந்தமாக இருந்தன. ஆனால் நிறைய கடன் இருந்தது. நண்பன் தொழிலுக்கு புதிது என்பதால் ஆரம்பத்தில் அவன் எடுத்த சில முடிவுகள் தவறாகின. இருந்த மூன்று பஸ்சும் அம்பேல். போதாக்குறைக்கு கடன் சுமை வேறு. அவ்வளவுதான் இனி அந்தக் குடும்பம் எழ முடியாது என்று அவன் உறவுக்காரர்கள் சிலர், அவன் காதுபடவே சொன்னார்கள்.

“நான்தான் சொன்னன்ல... இந்த சின்னப்பய இருக்கறதை யும் சூறைவிடப்போறான்னு... நடந்துருச்சு பார்த்தீங்களா” என்று அவனது நெருங்கிய சொந்தக்காரர் ஒருவர் தன் கணிப்பு பலித்துவிட்டதை பிரஸ்தாபம் செய்தார். நண்பன் கொஞ்சமும் தளரவில்லை. “என்னைப் பத்தி தெரியாத என் சொந்தங்காரங்க சொல்றதே நடக்கும்னா நான் நினைக்கிறது நிச்சயம் நடக்கும்” என்றான். தன் திறமையை நம்புகிற சிலரிடம் கடன் கேட்டான். அம்மாவின் நகைகளை அடமானம் வைத்தான். நண்பர்களிடம் நம்பிக்கையை ஏற்படுத்தி உதவி கேட்டான். ஓயாமல் உழைத் தான். நான்கு வருடங்களில் கடனையும் அடைத்துவிட்டு ஆறு பஸ்களையும் வாங்கிச் சேர்த்தான்.

இப்போது 13 பஸ்கள் அவன் நிறுவனத்தில் ஓடுகிறது. “மீண்டும் பழைய மாதிரி ஒரு நிலைமை ஏற்பட்டாலும் நான் பயப்படமாட்டேன். ஏன்னா எப்படியும் நான் மீண்டு வரு வேன்னு எனக்குத் தெரியும்” என்று இப்போது சந்திக்கும்போது கூட தன்னம்பிக்கை தளராமல் சொல்லுகிறான். அவன் யார் என்பது குறித்து அவன்தான் தீர்மானித்தான். அவனைப் பற்றிய அவனது நினைப்புதான் கடைசியில் ஜெயித்தது. நம்மைப் பற்றி நாம் எப்போதும் என்ன நினைத்துக்கொண்டு இருக்கிறோம் என்பது எல்லாவற்றையும் விட முக்கியமானது.

தன் குறித்து சரியான, தீர்மானமான நம்பிக்கைகளை கொண்டிருப்பவர்கள் அடுத்தவர்களின் கேலிப்பேச்சை கண்டுகொள்வதில்லை. அவர்களின் சுயம் சார்ந்த தொடர்ச்சியான நம்பிக்கையே அவர்களுக்குத் தேவைப்படும்

பலத்தை தந்துவிடுகிறது. மனித மனசுக்கு ஓர் அளப்பரிய சக்தி இருக்கிறது. நம் மனசு பெரும்பாலான நேரம் எதைப்பற்றி சிந்தித்துக்கொண்டிருக்கிறதோ அதுவாகத்தான் நாம் ஆகிறோம்.

அடுத்த மனிதர்கள் தரும் நம்பிக்கையை விட சொந்த மனசு தரும் நம்பிக்கை மிகப்பெரியது. ஆனால் அந்த மனசை உயர்வானவற்றை சிந்திக்க விடாமல், பெரிய நல்ல விஷயங்களை உருவகப்படுத்த விடாமல், நாம் தொடர்ந்து தொந்தரவு செய்துகொண்டேயிருக்கிறோம். அதை சில புறச் சூழல்களால், அவநம்பிக்கைகளால் தொடர்ந்து பலகீன மாகக்கிக்கொண்டே போகிறோம்.

பலகீனமாகிப் போகிற மனசு, வெளியிலிருந்து எதிர்மறை யான பேச்சுகள் கேட்கிறபோது இன்னமும் பலகீனமாகிப் போகிறது. உடம்பைத் தெம்பாக வைத்துக்கொள்ள வேண்டும் என்பதைப் போலவே மனசையும் தெம்பாக வைத்துக்கொள்ள வேண்டியது ரொம்பவும் முக்கியம். கைகள் முறுக்கேறிய ஜிம் பாடிக்காரர் ஒருவரைப் பார்க்கிறபோது இவங்கிட்ட வச்சுக்க கூடாதுப்பா, அடிச்சுப் போட்டுடுவான் என்று தோன்றுவதைப் போலவே, மனசை தெம்பாக முறுக்கேற்றி வைத்திருப்பவரிடம் அடுத்தவர்கள், நீ எதுக்கும் சரிப்பட்டு வரமாட்டே என்று எளிதாகச் சொல்ல முடியாது. வெளியிலிருந்து நம்மை பலகீனப்படுத்தும் சூழல்கள் கூட நம் அனுமதியில்லாமல் நம் மனதை பலகீனப்படுத்திவிட முடியாது. நம் வெற்றி தோல்விகளை தீர்மானிக்கிற உரிமை நமக்கு மட்டுமே உண்டு. அடுத்தவருக்கு இல்லை.

'நான் விழுந்தாலும் எழுவேன்' என்று நீங்கள் தீர்மானமாக நம்பினால் அடுத்தவர் என்ன சொன்னாலும் உங்கள் உறுதியை குலைக்க முடியாது. ஒன்றை அடைவதற்கான உரிமையையும் தகுதியையும் நமக்கு வேறு யாரும் தரவேண்டியதில்லை. அதைக் கையாளும் முழுமையான அதிகாரம் நம்மிடம் மட்டுமே இருக் கிறது. வெளியில் இருக்கிற யாரோ ஒருவர் சொன்னதற்காக சோர்ந்துபோய் உங்கள் மனதை பலகீனப்படுத்த அனுமதிப் பீர்கள் என்றால், அந்த மாபெரும் அதிகாரத்தை எல்லார் கையிலும் கொடுத்துவிட்டு அல்லல்பட வேண்டியதுதான்.

இந்த வாழ்க்கையை சொர்க்கமாகவும், நரகமாகவும் மாற்றுகிற சக்தி மனசுக்கு உண்டு. அதை நீங்களோ, அடுத்தவரோ பலகீனப்படுத்திவிடாமல் பத்திரமாகப் பார்த்துக் கொள்ளுங்கள்.

9

ஸ்ட்ரெஸ் வியாபாரம்!

சுய அளவில் பரிசோதித்து பார்த்தால் நமக்கு எவ்வளவு மன அழுத்தம் இருக்கிறதோ அதை விட அதிகமாக நாம் உணருகிறோம்.

சமீபத்தில் ஒரு நிகழ்ச்சியில் 8-ம் வகுப்பு மற்றும் அதற்குக் கீழ் வகுப்புகளில் படிக்கிற மாணவர்கள் கலந்து கொண்டார்கள். அவர்களின் பிரச்சினைகள் என்னென்ன என்று கேட்ட போது எனக்கு ரொம்ப Stress ஆக இருக்கிறது என்று நிறைய குழந்தைகள் சொன்னார்கள். பெரியவர்கள், பன்னாட்டு நிறுவனங்களில் பணி செய்யும் இளைஞர்கள் இவர்களிடம் புழக்கத்தில் இருந்த வார்த்தை இப்போது குழந்தைகள் வரை சென்று சேர்ந்திருக்கிறது. ஆமாம் இப்பவெல்லாம் அந்தக் காலம் மாதிரி இல்லை, சின்னப்பிள்ளைங்களுக்கு கூட ஸ்ட்ரெஸ் இருக்கு என்று பரவலாகப் பேசப்படுவதையும் மறுப்பதற்கில்லை.

ஆனால் எதற்கெடுத்தாலும் மனஅழுத்தம், ஸ்ட்ரெஸ் என்று பேசிக்கொண்டிருப்பதும், கொஞ்சம் கூடுதல் சுமையைக் கூட கையாள முடியாமல் மன அழுத்தத்தின் பெயரைச் சொல்லி தப்பித்துக் கொள்வதும் வாடிக்கையாகி விட்டது. இன்னொரு பக்கம் ஸ்ட்ரெஸ் என்பது கொஞ்சம் அந்தஸ்தை, தன் வேலையின் தகுதியைச் சொல்வதற்கான குறியீடாகவும் மாறி இருக்கிறது. மன அழுத்தம் பற்றி கவலைப்படாமல் அல்லது அதுபற்றி தெரியாமல் இருந்த காலத்தில் இவ்வளவு

சிக்கல் இல்லையோ என்று தோன்றுகிறது. உண்மையான மன அழுத்தம் என்ன என்பதை உணராமலேயே பதில் தெரியாத எல்லாவற்றுக்கும் ஸ்ட்ரெஸ் என்றொரு வார்த்தையை பிரயோகிக்க ஆரம்பித்துவிட்டோம்.

இதைவிட முக்கியம், வணிக அரசியலின் துருப்புச்சீட்டே, இந்த ஸ்ட்ரெஸ் என்கிற வார்த்தைதானோ என்று சந்தேகம் வருகிறது. கேளிக்கைகள், சுற்றுலா, உணவு என பலதரப்பட்ட துறைகளின் தொழில் வளர்ச்சி நேரடியாகவோ, மறைமுக மாகவோ இந்த வார்த்தையோடு தொடர்பு கொண்டிருக்கிறது. இப்படிச் சொல்வதால் இன்றைய காலகட்டத்தின் பிரச்சினை யான மன அழுத்தத்தை உதாசீனப்படுத்துவதாக கருதக்கூடாது. இந்த ஸ்ட்ரெஸ் உண்மையிலேயே இருக்கிறதா இல்லை செயற்கையாகவும் உருவாக்கப்படுகிறதா என்று விவாதிக்க வேண்டிய சூழ்நிலை இங்கு இருக்கிறது. 'ஒரே ஸ்ட்ரெஸ்ப்பா' என்று பெரும்பாலானவர்கள் புலம்பிக் கொண்டே இருக்கிறோமே அது ஏன் என்று யோசிக்க வேண்டி இருக்கிறது. சுய அளவில் பரிசோதித்து பார்த்தால் நமக்கு எவ்வளவு மன அழுத்தம் இருக்கிறதோ அதை விட அதிகமாக நாம் உணரு கிறோம். நம் வாழ்வின் ஒரு பகுதியாக இருந்த பல நல்ல விஷ யங்களை மூட்டை கட்டி பரண் மேல் வைத்துவிட்டு அதனால் ஏற்பட்ட மன அழுத்தத்தை சரி செய்ய மருந்து தேடிக் கொண்டு இருக்கிறோம்.

அந்த நிகழ்ச்சியில் கூட "படிக்கிறத தவிர உங்களுக்கு வேற ஒரு வேலையும் இல்லை. அப்புறம் என்ன ஸ்ட்ரெஸ்" என்று கேட்டார் ஒரு தந்தை. நியாயமான கேள்விதான். ஆனால் படிக்கிறதை தவிர வேறொன்றும் செய்யக்கூடாது என்ற நெருக்கடிதான் இந்த மன அழுத்தத்துக்கு காரணம். குழந்தைப் பருவத்தின் யதார்த்தமான செயல்பாடுகளை முடக்கி "படிக்க மட்டுமே நீ இருக்கிறாய்" என்று அழுத்துவது சிக்கல்தான். அந்த வயதுக்குரிய கேளிக்கைகள், விளையாட்டு, நண்பர்களு டன் நேரம் செலவிடுவது என அனைத்தையும் நிறுத்துங்கள் என்று வற்புறுத்தினால் மன அழுத்தம் வரவே செய்யும்.

நம்முடைய நெருக்கடி மிகுந்த வாழ்க்கைச் சூழலில் இருந்து விடுபட்டு மனசை லேசாக்கிக் கொள்ள இங்கு இருந்த பல விஷயங்கள் ஏதோவொரு காரணத்தின் பொருட்டு மறுக்கப்படுகின்றன. அல்லது நாமே அவற்றில் பங்கெடுப்பது இல்லை. திருவிழாக்கள், பண்டிகைகள் எனப் பலவும் ஸ்ட்ரெஸ் இல்லாமல் இருப்பதற்கான ஏற்பாடுகள்தான். இப்போது

அவை அதன் இயல்பான குதூகலத்துடன் கொண்டாடப்படுவ தில்லை. அதற்கான நேரம் ஒதுக்கப்படுவதில்லை. கடைசியில் மன அழுத்தம் தாங்க முடியாமல் 4 நாள் விடுமுறை எடுத்துக் கொண்டு எங்காவது கண்காணாத இடத்துக்கு ஓடிப்போய் ஒளிந்து கொள்ள வேண்டியிருக்கிறது.

இரவில் நேரத்துக்கு உறங்கச் செல்லுதல், காலையில் 7 மணிக்குள் எழுந்து கொள்ளுதல், முடிந்தால் கொஞ்சம் உடற்பயிற்சி செய்தல், நேரத்துக்கு சாப்பிடுதல், மாலையில் விளையாடுதல் போன்ற சாதாரண விஷயங்களை அற்பமான வை என்று கண்டு கொள்ளாமல் இருக்க ஆரம்பித்ததுதான் அர்த்தமில்லாத மன அழுத்தத்தின் முதல்படி. காரணமே இல்லாமல் நிறைய பேர் இரவில் கண் விழிக்கிறோம். மிக தாமதமாக எழுகிறோம். அப்புறம் குளித்துக் கொள்ளலாம் என்று முடிவெடுத்து, காலையில் சாப்பிட மறுத்து அலுவலகம் ஓடுகிறோம். என்னதான் பலசாலியாக இருந்தாலும் காலையில் சாப்பிடாமல் இருந்தால் சோர்வு வரவே செய்யும். வேலையில் நாட்டம் இருக்காது. அரைகுறையாய் தூங்கியதால் உற்சாகம் குறைவாகவே இருக்கும். குளிக்காமல் இருந்தால் சொல்லவே வேண்டாம். உடம்பில் ஓர் அலுப்பு வந்து ஒட்டிக் கொள்ளும்.

மன அழுத்தம் வருவதற்கு காரணமான நம் கட்டுப்பாட்டுக்குள் இல்லாத பல விஷயங்கள் உண்டு. ஆனால் மனசையும், உடம்பையும் உற்சாகமாக வைத்துக் கொள்ள நாம் செய்ய வேண்டிய சாதாரணமான விஷயங்களை தவிர்ப்பதால் சாதாரண மன அழுத்தம் மிகப்பெரிதாக உணரப்படுகிறது. அந்த மன அழுத்தத்தை ஏற்றுக் கொள்ளத் தேவையான பக்குவத்தோடு நம் உடலையும், மனதையும் நாம் வைத்திருப்பதில்லை. அதனால் அர்த்தமில்லாத, இனம் புரியாத ஒரு பதட்டமும், பயமும், அமைதியின்மையும், அவசரமும் நம் மனசுக்குள் ஓடிக் கொண்டே இருக்கின்றன.

இந்தக் கட்டுரையை படித்துக் கொண்டிருக்கும் இந்த நேரத்தில் கூட சிலர் அதை ஊன்றிப் படிக்க முடியாமல் வேக வேகமாக இறுதிப் பகுதியை நோக்கி நகர்வதை உணர முடியும். எந்தக் காரணமும் இல்லாமல் மனம் அவசரமாகவும், படபட வென்றும் இருக்கிறதே ஏன்? மிகச் சாதாரணமான விஷயங் களை நகர்த்திவிட்டு அவசியம் என்று அறிவுறுத்தப்பட்ட விஷ யங்களை மட்டுமே செய்கிற ஆட்களாக நாம் மாறி இருக்கிறோம். அதனால்தான் மன அழுத்தத்தை அதிகமாக உணருகிறோம். நிர்ண யிக்கப்பட்ட சாதாரண ஒழுங்குகளை கட்டாயம் கடைப்

பிடிக்க வேண்டும் என்று நம் குடும்பங்கள் நீண்ட காலமாகச் சொல்லி வருகின்றன. மனம் மற்றும் உடல் அப்போதுதான் உற்சாகமாகச் செயல்படும் என்பதே அதன் நோக்கம். ஒரு வாகனத்தின் பலமற்ற சக்கரம் சிறு கல் குத்தினாலே சேதமடைகிறது. அதேபோல் பலமற்ற மனமும், உடம்பும் கொண்டவர்களாக நாம் இருக்கிற பட்சத்தில் சின்னச் சின்ன நெருக்கடிகள் கூட பெரும் மன அழுத்தத்தை உருவாக்கி விடுகின்றன. மன அழுத்தத்தை கையாளுதல், நிர்வாகம் செய்தல் குறித்து நிறைய பேசுகிற நாம் அதை ஏற்றுக் கொள்வதற்கும் நிர்வகிப்பதற்கும் தேவைப்படுகிற சாதாரண நடைமுறைகளை மறந்துவிட்டோம்.

மன அழுத்தம் பல்வேறு காரணிகளால் அதிகரித்து விட்டதை மறுப்பதற்கில்லை. அதை உணரும் விகிதாச்சாரம் மிக அதிகமாக இருக்கிறது என்பதும் உண்மை. வாழ்க்கை முறை மாறி இருப்பதற்கேற்ப நாமும் மாறத்தான் வேண்டும். காலை 7 மணிக்கே கல்லூரிப் பேருந்தில் ஏற வேண்டி இருக்கிறது. 6 நாள் கடுமையான வேலைப்பளு இருக்கிறது. ஓய்வுக்கு தரப்படும் ஒருநாள் விடுமுறையை ஒழுங்காகப் பயன்படுத்துவதில்லை. புறக்காரணிகளால் உடல்நலம் ஏற்கனவே பாழ்பட்டு கிடக்கிறது... காலை உணவை கண்டு கொள்வதில்லை.

மன அழுத்தத்தில் இருந்து விடுபடுவதற்காக ஏதேதோ செய்கிறோம். ஆனால் சாதாரண விஷயங்களை ஒழுங்காக பின்பற்றினாலே மன அழுத்தத்தை தவிர்த்து விட முடியும். மன அழுத்தத்தில் இருந்து தப்பிப்பதற்காக விடுமுறை எடுப்பதை விட, விடுமுறை நாட்களை குழந்தைகளோடும் குடும்பத் தோடும் செலவிட பழகிக் கொள்வது நல்லது. லீவு போட்டு விட்டு ஒருநாள் தூங்குவதை விட தினந்தோறும் தேவையான அளவு தூங்குங்கள். மனசு அழுத்தப்படுவதால் சுற்றுலா போக வேண்டும் என்று நெருக்குதல் வருவதை விட வருடம் ஒருமுறை சந்தோஷமாக டூர் அடித்து விட்டு வாருங்கள்.

அப்புறம் இன்னொரு விஷயம்... மன அழுத்தம் எல்லா காலத்திலும் இருந்திருக்கிறது. அதிகாலையிலேயே வயலுக்கு போன மனிதர்கள் அதற்கேற்ப வாழ்க்கையை அமைத்துக் கொண்டார்கள். கடினமாக உழைத்தார்கள். ஆனால் சரியான நேரத்தில் சாப்பிட்டார்கள். திருவிழாக்கள் கொண்டாடினார்கள். வைபவங்களுக்கு போய் வந்தார்கள். எங்கு திரும்பினாலும் ஸ்ட்ரெஸ் என்று பேசிக்கொண்டு இருப்பது கொஞ்சம் செயற்கை யாகத் தெரிகிறது. அது வணிக அரசியலின் திட்டமோ என்ற சந்தேகமும் வலுக்கிறது.

10

அதிர்ஷ்டம்– கிலோ 5 ரூபாய்!

உற்சாகமின்மை ஏற்படுத்தும் சலிப்பு நம்முடைய உழைப்பில் பிரதிபலிக்கிறது. அதனால் வேகம் குறைகிறது. வேகம் குறையக் குறைய அதிர்ஷ்டத்துக்கும் நமக்குமான இடைவெளி அதிகரித்துக்கொண்டே போகிறது.

சிலருக்கு அதிர்ஷ்டம் அடிக்கிறது, யோகக்காரர்களாக இருக்கிறார்கள். சிலர் என்னதான் தலைகீழாக நின்றாலும் அதிர்ஷ்டக் காற்று அவர்கள் பக்கம் அடிப்பதே இல்லை. எனக்கு அதிர்ஷ்டம் வருவதில்லை என்று கவலைப்படுகிறவர்கள் நிறைய பேர் உண்டு. இவ்வளவு கவலைப்படுகிறார்களே அதற்காகவேணும் நாம் அவர்கள் பக்கம் போவோம் என்று அதிர்ஷ்டம் ஒருபோதும் கருணை காட்டுவதில்லை.

நேற்றுவரைக்கும் ரோட்டுல திரிஞ்சுகிட்டு இருந்தான். இன்னைக்கு தொட முடியாத உயரத்துக்கு போயிட்டான். எல்லாத்துக்கும் அதிர்ஷ்டம்தான் காரணம் என்று ஒரே வரியில் சொல்லிவிடுகிறோம். அதிர்ஷ்டம் என்று ஒன்று இருக்கிறதா என்கிற விவாதம் தனி. ஆனால் யார் விடாப்பிடியாக நம் பிக்கையோடு ஒரு விஷயத்தை எட்டுவதற்காக முயற்சிக்கிறார்களோ அவர்களுக்கு ஏதோ ஒரு கட்டத்தில் அதிர்ஷ்டம் கைகொடுக்கிறது என்பதுதான் யதார்த்தம்.

கோபிநாத்

லாட்டரிச்சீட்டு வாங்கி லட்சம் பரிசு விழுந்தது என்று நாம் யாரையாவது கைநீட்டினால் அவர் கூட நீண்ட நாட்களாக லாட்டரி வாங்கி அதில் சில விஷயங்களை கற்றுக்கொண்டு, என்ன சீரியலில் வாங்க வேண்டும் என்று கணக்குப் போட்டு வாங்கினவராகத்தான் இருப்பார். அநேகமாக, 'அவரு வாழ்க்கையில ஒரே ஒரு தடவைதான் லாட்டரி சீட்டு வாங்கினாரு. அதுல அவருக்கு 10 லட்சம் விழுந்துருச்சு' என்று கேள்விப்பட்டிருக்க வாய்ப்புகள் குறைவு. லாட்டரிச் சீட்டு வாங்குவது கட்டாயம் தவறான விஷயம்தான். ஆனால் அதில்கூட ஏதோ ஒரு தொடர்முயற்சி தேவைப் படுகிறது.

ஆக சும்மா இருக்கிற யாருக்கும் இங்கு அதிர்ஷ்டம் அடிப்பதில்லை. நமக்கு தெரிந்த யாருக்காவது அதிர்ஷ்டம் அடித்தால் 'சும்மா கிடந்தவனுக்கு யோகம்' என்று நாமாக சொல்லிக் கொள்கிறோம். இதில் இன்னொரு உளவியலும் உண்டு. நாம் எதிர்பார்க்காத அல்லது நமக்குப் பிடிக்காத யாராவது ஒருவர் உயரும்போது நமக்கு நாமே சொல்லிக் கொள்கிற சமாதானம்தான் அதிர்ஷ்டம்.

அடுத்தவருக்கு அதிர்ஷ்டம் அடித்ததைப் பற்றியே யோசித்துக் கொண்டிருக்காமல் அவர் அதிர்ஷ்டம் தனக்கு கைகொடுக்க என்னவெல்லாம் செய்தார் என்று சிந்திப்பதுதான் சரி. இந்த உலகத்தில் ஜெயித்தவர்கள் எல்லாம் அதிர்ஷ்டத்தால் ஜெயித்தவர்கள் அல்ல. அதிர்ஷ்டம் தன்னை நோக்கி வரும்படியாக நடந்து கொண்டவர்கள். நான் கடுமையாக உழைக்கிறேன். சின்சியராக இருக்கிறேன். ஆனால் நினைத்தது எதுவும் ஈடேறவில்லை என்று நாம் வருந்தும் நேரத்தில், நமது இலக்கின் அருகே நெருங்கிவிட்டோம் என்று கவனிக்கத் தவறிவிடுகிறோம்.

ஆயிரமாயிரம் வெற்றிகளை கண்ட தாமஸ் ஆல்வா எடிசன், தன் அனுபவத்தில் இருந்து பின்வருமாறு சொல்லுகிறார். ''வாழ்க்கையில் தோல்வி கண்டவர்களில் ஏராளமானவர்கள் வெற்றியை நெருங்கிவிட்டதை அறியாமல் திரும்பி விடுகிறார்கள்''. அப்படித் திரும்புவோரில் பலர் தமக்கு சொல்லிக் கொள்ளும் சமாதானம், 'எனக்கு அதிர்ஷ்டம் இல்லை' என்பதுதான். அதிர்ஷ்டம் என்பது ஒரு பெரும் விஷயம். வாழ்வை மாற்றும் விஷயம் என்று நம்புவோம் என்றால் அதைப் பெறுவதற்கானத் தகுதியும், பொறுமையும், நம்பிக்கையும் எல்லாவற்றையும் விட தொடர்ச்சியான

உற்சாகமும் மிக அவசியம். அதிர்ஷ்டம் பொதுவானது என்றால் அது ஏன் யாருக்கோ ஒருவருக்கு கிடைக்க வேண்டும். நமக்கும் அது கிடைக்கும் என்று நம்பத்தான் வேண்டும்.

அதிர்ஷ்டமும் நம்மைப் போலவே, தான் யாருக்கு உதவ வேண்டும் என்பது குறித்து சில நிபந்தனைகள் வைத்திருக்கக் கூடும். அது, இருப்பதைச் செய்துவிட்டு, அதிகமாக எதிர்பார்ப்பவர்களை ஒருபோதும் அண்டுவதில்லை. சார்லி சாப்ளின் அவரது சகோதரர் சிட்னி இரண்டுபேருமே தங்கள் குடும்பத்தின் வறுமையைப் போக்க தங்களுக்குத் தெரிந்த நாடகத் துறைக்கு வந்தனர். சிட்னி சொல்லிக் கொடுத்ததை மட்டும் செய்தார். சாப்ளின் தனக்கு பயிற்றுவிக்கப் பட்டவைகளைத் தாண்டி, தனது கூடுதல் ஈடுபாட்டை செலுத்தி புதிய புதிய விஷயங்களைச் செய்தார். அதிர்ஷ்டம் சாப்ளினைத் தான் அணைத்துக் கொண்டது. அநேகமாய் அந்தக் காலகட்டத்தில் சிட்னியின் நண்பர்கள் யாராவது சாப்ளின் அதிர்ஷ்டக்காரன் என்று அங்கலாய்த்து இருக்கக்கூடும்.

சாப்ளினில் தொடங்கி இப்போதைய டோனி வரை அதிர்ஷ்டம்தான் அவர்கள் உயரக் காரணம் என்று சொல்லிக் கொண்டிருக்கிறோம். ஆனால் அதிர்ஷ்டத்தை அடைவதற் கான ஏதோ ஒரு சிறப்புத் தகுதி அவர்களிடம் இருக்கிறது என்பதையும் ஏற்றுக் கொண்டுதான் ஆகவேண்டும்.

"நாம் எவ்வளவு கடினமாக வேலை செய்கிறோமோ அந்த அளவுக்கு நமக்கு அதிர்ஷ்டம் கிடைக்கிறது என்று சொன்ன ஜேம்ஸ் தர்பரிடம் "நான் கடுமையாக வேலை செய்தும், நிறைய முயற்சிகள் செய்தும் எனக்கு அதிர்ஷ்டம் வரவே இல்லை. மாறாக மனஅழுத்தமும் விரக்தியுமே வந்தது" என்றாராம் ஒரு நண்பர். அதற்கு "எவன் ஒருவன் உற்சாகமின்றி இருக்கிறானோ அவன் எவ்வளவு கடினமாக வேலை செய்தாலும் அவனுக்கு அதிர்ஷ்டம் வராது. காரணம் அதிர்ஷ்டம் வரவேண்டிய வழியை அவன் தனது உற்சாகமின்மையின் மூலம் அடைத்துவிடுகிறான்" என்றாராம் ஜேம்ஸ் தர்பர்.

கவனித்துப் பார்த்தால் அதிர்ஷ்டம் நம்மிடம் வராமல் போக உற்சாகமின்மை ஒரு முக்கியக் காரணம்தான். நல்ல உழைப்பாளியாக இருக்கிறோம். நன்கு திட்டமிட்டு உழைக் கிறோம். ஆனால் இலக்கை அடையும் வரை உழைப்பைக் கொடுக்கக்கூடிய அளவுக்கு உற்சாகம் இல்லாதவர்களாக இருக்கிறோம். இதனால் வெகுசீக்கிரமே விரக்தியும், எரிச்சலும் வந்து விடுகிறது. இது சரிப்பட்டு வராது என்று ஒதுங்கிக்

கோபிநாத் 59

கொள்கிறோம். உற்சாகமின்மை ஏற்படுத்தும் சலிப்பு நம்முடைய உழைப்பில் பிரதிபலிக்கிறது. அதனால் வேகம் குறைகிறது. வேகம் குறையக் குறைய அதிர்ஷ்டத்துக்கும் நமக்குமான இடைவெளி அதிகரித்துக்கொண்டே போகிறது.

சிலர் நல்ல புத்திசாலியாக இருப்பார்கள். ஒரு விஷயத்தைச் செய்வதற்குத் தேவைப்படும் அறிவு, பணம், சூழல் என அனைத்தும் இருக்கும். நான்கைந்து முறை முயற்சி செய்தபிறகு நினைத்தபடி நடக்கவில்லை என்றால் துவண்டு போவார்கள். அதிர்ஷ்டம் அவர்களுக்கு துணைபுரியாமல் போக ஒரே காரணம், அனைத்தும் இருந்தும் அவற்றை வைத்துக் கொண்டு வெற்றி அடைவதற்குத் தேவைப்படுகிற உற்சாகம் இல்லாமல் போனதுதான்.

"நான் ஒருமுறை கூட தோற்கவில்லை. 1000 முறை ஒரு விஷயத்தை எப்படிச் சரியாக செய்ய வேண்டும் என்று கற்றுக்கொண்டேன்" என்று எடிசன் சொன்னது அவருடைய உற்சாகத்தால்தான். அவர் போதுமடா சாமி என்று ஓய்ந்து போயிருந்தால் நிறைய விஷயங்களை அவரால் கண்டுபிடிக்க முடியாமல் போயிருக்கும். எடிசன் மட்டுமல்ல அவரைப் போல இந்த உலகத்தில் நிறைய அறிவார்ந்த உழைப்பாளிகள் உண்டு. ஆனால் உற்சாகம் குன்றாத தன்மை என்ற அதிமுக்கியமான பண்பு எடிசனிடம் இருந்தது.

கதை பாணியில் சொல்லவேண்டும் என்றால் ஏழு மலை தாண்டி, ஏழு கடல் தாண்டி கடைசியில் கண்டுபிடிக்கிற புதையல் பெட்டியை திறக்கிற சாவிதான் உற்சாகம். அது இல்லாமல் போனால் ஏழுமலையும், ஏழு கடலும் தாண்ட எடுத்த எல்லா முயற்சியும் தோற்றுப் போகும். உற்சாகம் குன்றாத அளவுக்கு நம்பிக்கையோடு நடக்கிற மனசு உழைப்பாளிகளுக்கு ரொம்பவும் அவசியம்.

எல்லாரும் அதிர்ஷ்டக்காரர்கள்தான். அது உற்சாகத்தின் அளவைப் பொறுத்து வேறுபடுகிறது.

11. லாஜிக் இல்லா மேஜிக் கற்பனைகள்!

கற்பனை சுதந்திரமானதாக இருக்க வேண்டும். சுதந்திரமாகக் கற்பனை செய்ய நம்பிக்கை வேண்டும். ராஜாக்களாக தங்களை கற்பனை செய்துகொள்ளும் குழந்தைகள் அதற்கு லாஜிக் தேடுவதில்லை. நானும் ராஜாதான் என்று அவர்களால் எந்தத் தடையும் இல்லாமல் நம்ப முடிகிறது. அந்த குணத்தை பத்திரமாய் சேமித்துக்கொள்கிறவர்கள் பாக்கியவான்கள்.

ஏன் இப்படி குழந்தை மாதிரி நடந்துக்கிறே என்று யாராவது கடிந்துகொண்டால், அதற்காகக் கோபப்படாதீர்கள். உண்மையில் அது நமக்குப் பாராட்டுதான். காரணம் குழந்தையிடம் இருக்கக்கூடிய சந்தேகமற்ற நம்பிக்கை, பெரிய மனிதர்களிடம் இருப்பது இல்லை. அவர்களிடம் இருக்கிற கற்பனைத் திறன், வளர்ந்து பெரியவர்கள் ஆகிறபோது காலாவதியாகிவிடுகிறது. குழந்தைகள் சின்னது, பெரியது என்ற கணக்குகள் இல்லாமல் தங்கள் கற்பனையில் தாங்கள் விரும்பும் அவதாரங்கள் எடுக்கிறார்கள்.

படுக்கையில் கிடக்கும் பழைய போர்வையை எடுத்து தோள்களில் போட்டுக்கொண்டு வீர நடை நடக்கிறார்கள். நான்தான் ராஜா என்று அறிவித்துக்கொள்கிறார்கள். திடீரென்று ஒருநாள் வீட்டில் இருக்கும் பெண் குழந்தை அம்மாவின் துப்பட்டாவை எடுத்து தலையில் சுற்றி ஏதோ ஒரு தோரணை செய்கிறது. என்னவென்று கேட்டால், நான்

இளவரசி ஆகிவிட்டேன் என்று சிரிக்கிறாள். இன்னொரு நாளில் வீட்டில் விளக்குமாறை கையில் உயர்த்திப் பிடித்து, பற்களை நறநறவென்று கடித்தபடியே நான்தான் பிசாசு என்று வேறொரு வடிவம் எடுக்கிறாள்.

நினைத்த மாத்திரத்திலேயே அவர்களால் இளவரசியாகவும், பிசாசாகவும் அல்லது வேறு ஏதோ ஒன்றாகவும் மாறிக் கொள்ள முடிகிறது. திடீரென்று ஒருநாள் கடகடவென்று வீட்டின் கொல்லைப்புற மரத்தில் ஏறி ஒரு பிடித்தமான கிளையில் உட்கார்ந்துகொண்டு அடுப்படியில் இருக்கும் அம்மாவை சத்தம் போட்டு அழைக்கிறார்கள். அவர்களுக்கு மரம் ஏறும்போது விழுந்தால் என்ன ஆகும் என்ற பயத்தைவிட, மரம் ஏறவேண்டும் என்ற உத்வேகமே முன்னால் நிற்கிறது. அவர்கள் ஆசைப்பட்டதைச் செய்வதற்கு தேவைப் படும் பொருட்கள், அவர்கள் கண்ணுக்கு உடனே தெரிகின்றன. சந்தேகமில்லாத அவர்களின் நம்பிக்கையே அவர்களின் எண்ணங்களை பூர்த்தி செய்துவிடுகின்றன.

மரம் ஏறும்போது ஒன்றிரண்டு முறை விழுந்தாலும், சிராய்ப்புகள் ஏற்பட்டாலும் அவர்கள் விடுவதில்லை. அவர்களின் இலக்கு மரத்தில் ஏறுவதுதான். அதைவிட முக்கியம் அந்த மரத்தில் ஏறிவிட முடியும் என அவர்கள் சந்தேகம் இல்லாமல் நம்புகிறார்கள். ஆனால் நாளாக நாளாக இந்த நம்பிக்கையும் நம் கற்பனை வளமும் மாறிக்கொண்டே போகிறது. ஒரு பரிட்சையில் பெயிலாகிறபோது, பரவாயில்லை அடுத்த முறை சரியாகச் செய்துவிடலாம் என்று நம்புவது குறைகிறது. என்னால் ஒழுங்காகப் படிக்க முடியாது என்று எதிர்மறையாக யோசிக்கிறோம். ஒரு அற்புதமான திருமண சம்மந்தம் அமையும்போது, திருமணம் செய்துகொள்ள இது சரியான தருணம் இல்லை என்று நினைத்துக்கொள்கிறோம்.

வியாபாரம் ஒன்றைத் தொடங்கும் வாய்ப்பு கிடைக்கும் போது, வியாபாரம் பண்றது அவ்வளவு ஈசி இல்லப்பா என்று பின்வாங்குகிறோம். தொழிலில் நன்கு வளர்ந்துகொண்டிருந் தாலும் நூறு பேருக்கு வேலை வாய்ப்பு தருகிற, நாட்டுக்குப் பங்களிப்பு தரக்கூடிய சந்தர்ப்பம் வருகிறபோது ''இது சரிப்பட்டு வருமா'' என்று சந்தேகப்படுகிறோம். இதே ஆள்தான் குழந்தையாக இருந்தபோது சந்தேகமும் இல்லாமல் தன்னை நம்பினார். இப்போது நம்மிடம் திறமையும், கற்பனை வளமும், அறிவும் நிறைய இருக்கிறது. ஆனால் சந்தேகம் இல்லாமல் தன்னை நம்புகிற அந்த குணம் மட்டும் மிஸ்ஸிங்.

நாம் வேண்டாம் என்று சந்தேகத்தோடு ஒதுக்கிய அந்த வியாபாரத்தை இன்னொருவர் தொடங்கி வெற்றி பெறும் போது, அடடா நாமே இதை செய்திருக்கலாமே என்று அங்க லாய்க்கிறோம். வியாபாரத் திட்டத்தை வைத்திருந்த உங்களுக்கும், அதைச் செயல்படுத்திய மற்றொருவருக்கும் ஒரே ஒரே வித்தியாசம்தான். அவர் அதை செயல்படுத்திவிட்டார். நீங்களோ சந்தேகத்தோடு தயக்கம் காட்டிக்கொண்டு இருந்தீர்கள்.

அதுக்காக எடுத்தோம், கவிழ்த்தோம்னு எதையும் செய்ய முடியுமா என்ன? ஒரு தடவைக்கு நாலு தடவை யோசிச்சு, சாதக பாதகங்களை கணக்குப் பண்ணிதான் களத்தில் இறங் கணும். அதுதான் குழந்தைக்கும் நமக்கும் இருக்கிற வித்தியாசம்.

பெரியவர்கள் ஆவதால் கிடைக்கிற பக்குவம், சரிதான். ஆனால் அடிப்படைக் குணமான 'சந்தேகமில்லாமல் நம்புதல்' என்பதில் மட்டுமேனும் நாம் குழந்தையின் குணாதிசயத்தை விட்டுவிடாமல் இருப்பது நல்லது.

பல தருணங்களில் நிறைய யோசித்து, ஆராய்ந்து, திட்டமிட்டுச் செய்கிற வேலைகளைக் கூட இது வெற்றி பெறுமா, இல்லையா என்ற சந்தேகத்தோடுதான் செயல்படுத்து கிறோம். அந்த சந்தேகமே நமது வேலையின் வெற்றி வாய்ப்பை பறித்துவிடுகிறது. இல்லையென்றால் பாதியிலேயே பயந்து பின்வாங்க வைத்துவிடுகிறது. இருக்கிறதைக் கொண்டு இலக்கை அடைவது எப்படி என்று யோசிப்பதற்குப் பதிலாக எதுவெல்லாம் இல்லையோ, அதைப்பற்றியே கவலைப்பட ஆரம்பிக்கிறோம். ஜெயிக்க வேண்டும் என்ற உந்துதலைவிட தோற்றுவிடுவோமோ என்ற சந்தேகமும், அதனால் ஏற்படும் அவநம்பிக்கையுமே நம்மைத் துரத்துகிறது.

மரம் ஏறும் குழந்தைக்கு விழுந்தால் வலிக்கும் என்பது இரண்டு அனுபவத்திற்குப் பிறகு தெரியும். ஆனால் என்னால் மரத்தில் ஏறமுடியும் என்று அந்தக் குழந்தை சந்தேகம் இல்லா மல் நம்புவதால் அதன் கவனக் குவிப்பு மரத்தில் ஏறுவதிலேயே இருக்கிறது. ஆனால் நாம் வளர்ந்த பிறகு நம்முடைய கவனக்குவிப்பு விழுந்துவிடுவோமோ என்பதன் மீதே இருக் கிறது. இந்த உலகத்தின் கண்டுபிடிப்புகளும், சாதனைகளும் கற்பனைகளில் இருந்து உருவானதுதான். ஒவ்வொரு மனிதனும் தன் கற்பனைக்கு செயல்வடிவம் தந்து வெற்றியடைய முயல்கிறான். ஆனால் கற்பனை என்பதுகூட நம்பிக்கையில் இருந்துதான் உதிக்கிறது. கற்பனை செய்கிறபோது இதெல்லாம் சரிப்பட்டு வருமா என்று சந்தேகிக்கிறவர்களால் முழுமையான ஒரு கற்பனையைக் கூட உருவாக்க முடிவதில்லை. பிறகெப்படி அதற்கு செயல்திட்டம் கொடுக்க முடியும்? பறவைகளைப் போல மனிதர்களும் பறக்க முடியுமா என்ற கற்பனை சாத்தியமில்லாதது போல தோன்றியிருக்கலாம். ஆனால் சந்தேகம் இல்லாமல் கற்பனை செய்தவன் அதை சாத்தியப்படுத்தியிருக்கிறான்.

கோபிநாத்

ஆனால் கற்பனைகளைக் கூட சுதந்திரமாக செய்யவிடாமல் நம் சந்தேகம் தடுத்துவிடுகிறது. அது நடக்குமா, நடக்காதா என்று கேள்வி எழுப்புகிறது. கற்பனைக்குள் கூட லாஜிக்கான கேள்விகள் எழுப்புவதுதான் அறிவு என்று தீர்மானிக்கிறோம். கற்பனை சுதந்திரமானதாக இருக்க வேண்டும். சுதந்திரமாகக் கற்பனை செய்ய நம்பிக்கை வேண்டும். ராஜாக்களாக தங்களை கற்பனை செய்துகொள்ளும் குழந்தைகள் அதற்கு லாஜிக் தேடுவதில்லை. நானும் ராஜாதான் என்று அவர்களால் எந்தத் தடையும் இல்லாமல் நம்ப முடிகிறது. அந்த குணத்தை பத்திரமாய் சேமித்துக்கொள்கிறவர்கள் பாக்கியவான்கள்.

அந்தக் குழந்தை ராஜாவாக ஆகுமோ இல்லையோ, குறைந்தபட்சம் அப்படி ஒரு வாய்ப்பு கிடைத்தால் அதை தவறவிட்டுவிடாது. காரணம் தனக்கு ஆகும் ராஜா தகுதி இருக்கிறது என்பது அந்தக் குழந்தையின் கற்பனை வழியே உறுதி செய்துகொள்ளப்படுகிறது. ஆனால் நாமோ இதெல்லாம் நடக்காதுப்பா என்கிற லாஜிக்கை வைத்துக்கொண்டே கற்பனைகளைக் கூட சுருக்கிக்கொள்கிறோம். அப்படிப்பட்டவர்களுக்கு ராஜாவாகும் வாய்ப்பு வீட்டுக்கதவை வந்து தட்டினால் கூட அதை உணர்ந்துகொள்ள முடியாது. இதெல்லாம் டூ மச் என்று சலித்துக்கொள்ளாதீர்கள். ஒரு கற்பனை நடக்காமல் போவதற்கு வாய்ப்புண்டு என்று நம்புவதைப் போலவே, அது நடக்கவும் வாய்ப்புண்டு என்று நம்பத்தானே வேண்டும். கற்பனை செய்து பார்த்திடாமல் எப்படி இந்த உலகத்தில் நிறைய சாதாரண மனிதர்கள் மிகப்பெரிய இடத்திற்கு வந்தார்கள்.

வரலாற்றின் பக்கங்கள் முழுக்க மிகச்சாதாரண மனிதர்கள், மிகப்பெரிய இடங்களுக்கு உயர்ந்ததைப் பதிவு செய்திருக்கிறார்கள். அவர்களின் வளர்ச்சியும் எழுச்சியும் நமக்கு ஆச்சரியமாக இருக்கலாம். ஆனால் அது சம்பந்தப்பட்ட மனிதரின் ஒரு சுதந்திரமான கற்பனை. சந்தேகமில்லாத நம்பிக்கை. நாம் அண்ணாந்து பார்க்கும் அத்தனைபேரும் தங்கள் கற்பனையை நம்பியவர்கள். அதை செய்ய முடியும் என்று சந்தேகம் இல்லாமல் நம்பியவர்கள்.

நம்பிக்கையோடு கற்பனை செய்யுங்கள். சந்தேகம் இல்லாமல் செயலாக்கம் செய்யுங்கள். ஒரு குழந்தையைப் போல 'இது நடக்கும்' என்று சந்தேகமில்லாமல் நம்புங்கள்.

12

திட்டங்கள் திருத்தப்படும்!

நீங்கள் ஒன்றில் வெற்றி அடைய வேண்டுமென்றால் முதலில் நீங்கள் அந்தக் களத்தில் இருந்தாக வேண்டும். நான் நினைத்தது நடக்கவில்லை என்று ஒதுங்கிக் கொண்டால் உங்கள் தோல்வியை நீங்களே உருவாக்குகிறீர்கள் என்று பொருள்.

என் வாழ்க்கை இப்படித்தான் இருக்கணும்னு திட்டம் போட்டேன். ஆனால் அது ஏதோ ஒரு பாதையில போகுது... என் வேலை இந்த மாதிரி அமையணும்னு திட்டம் ஒண்ணு தெளிவா வச்சு இருந்தேன். ஆனா நான் போட்ட திட்டம் ஒண்ணு, நடக்குறது வேறொண்ணா இருக்கு. நீங்கள், நான், நாம், ஏறக்குறைய எல்லாருக்கும் திட்டம் திவாலான சோகக்கதை உண்டு. 21 வயசுல இஞ்சினியரிங் முடிக்கணும். 22 வயசுல வேலை. 24 வயசுல சம்பள உயர்வோடு கூடிய பிரமோஷன், அப்புறம் அமெரிக்காவுலயோ, ஆஸ்திரேலியாவுலயோ ஆன் சைட் 26 வயசுல கணிசமான பேங்க் பேலன்ஸ், 27 வயசுல இ.எம்.ஐ.ல ஒரு வீடு, அம்சமான மனைவி அப்புறம் 30 வயசுக்குள்ள ஒரு குழந்தை... நம் திட்டங்கள் தெளிவாகத்தான் இருக்கின்றன. எல்லாருக்கும் சொல்லி வைத்து அடிக்க முடிகிறதா. திட்டத்தின் முதல் இடத்திலேயே அது பட்டென்று பணால் ஆகிவிடுகிறது.

நன்றாகப் படித்திருந்தும், அரியர்ஸ் இல்லாமல் முடித்திருந்தும், 24 வயது வரை என்ன செய்வது என்றே

கோபிநாத் 67

தெரியாமல் சில சமயங்களில் காலம் திணறத் திணற அடிக்கிறது. போட்ட திட்டம் நடக்கவில்லையே என்ற சலிப்பிலும், எரிச்சலிலும் அடுத்து என்ன செய்ய வேண்டும் என்ற யோசனை வர மறுக்கிறது. முறையாக திட்டம் போட்டோம் அதை நடைமுறைப்படுத்த சரியாக உழைத்தோம். ஆனால் நினைப்பது ஒன்று நடப்பது ஒன்றாக இருக்கிறதே என்பதை நம்மால் ஜீரணிக்க முடிவது இல்லை. ஆனால் வாழ்வின்

யதார்த்தம் இதுதான். அப்புறம் எதுக்குய்யா திட்டம் போட்டு வாழ்க்கை நடத்துங்கன்னு தேவையில்லாம சொல்லித் தர்றீங்க? நியாயமான கேள்விதான். எந்தத் திட்டமும் குறைந்தபட்ச செயல்திட்டம்தான். திட்டங்கள் சரிதான். ஆனால் அதை ஒவ்வொரு நிலையிலும் தேவைக்கேற்றபடி மெருகேற்றிக்

கொள்ளவோ, சீரமைத்துக் கொள்ளவோ தெரிந்திருக்காவிட்டால் எந்தத் திட்டத்தாலும் பயன் இல்லை. மலையேறுகிற ஒருவன், அதன் அடிவாரத்தில் நிற்கிறபோது, இந்த மலையின் உச்சிக்கு ஏறிச் செல்ல வேண்டும் என்று திட்டமிடுகிறான். மலை உச்சியில் ஏறுவதற்கான தகுதியும் அவனிடம் இருக்கிறது. மலை உச்சியில் ஏற வேண்டும் என்று திட்டமிடுவதால் மட்டும் ஒருவன் அதனை நிறைவேற்றி விட முடியாது. மலையேறும் போது தன்னுடைய திட்டத்தை செயல்படுத்த, தேவைக்கேற்றபடி மாற்றங்களை செய்து கொள்வதன் மூலம் அவன் முயற்சி முழுமையடைகிறது.

மலையில் இருக்கும் பள்ளங்களில் காலை அழுந்தப் பதித்துக் கொள்ள வேண்டும். அருகில் இருக்கிற பாறையின் நீட்டித்த பகுதியை கைகளால் உறுதியாகப் பிடித்துக் கொள்ள வேண்டும் என்ற அவருடைய செயல்திட்டம் 10 அடி ஏறிய உடனேயே பலனளிக்காமல் போகலாம். அவர் எதிர்பார்த்தது போல் இல்லாமல் பாறைகளின் நீட்டித்த பகுதிகள் பலமற்றதாக இருக்கலாம். கால்கள் வைப்பதற்கு தோதான பள்ளங்கள் அவர் நினைத்த இடத்தில் இல்லாமல் போகலாம். எவன் ஒருவன் முதல் கட்டத்தில் கிடைக்கும் அனுபவத்தை வைத்துக் கொண்டு தன் அடுத்த கட்ட திட்டத்தை அதற்கேற்ப மாற்றிக் கொள்ளாமல் இருக்கிறானோ அவனால் கடைசி வரை மலையேறவே முடியாது.

மலையேறும்போது 4-வது அடியில் கிடைக்கிற அனுபவம் அவனுக்கு ஒரு பாடத்தை சொல்லித் தருகிறது. அதனைக் கொண்டு அவன் அடுத்த 10 அடிகளை கடக்கலாம். அதற்குப் பிறகு கிடைக்கும் அனுபவம் மலையேறுவது குறித்த அவனுடைய திட்டத்தை மெருகேறிய செயல் திட்டமாக மாற்றக்கூடும். அந்த அனுபவங்களை வைத்துக் கொண்டு தன் செயல்திட்டத்தை மாற்றி அமைத்துக் கொள்ளும் திறனும், நம்பிக்கையும் கொண்ட மனிதரே தான் எண்ணியதை வெற்றிகரமாக நடத்த முடிகிறது. மற்றவர்கள் பாதிப் பயணத்திலேயே தங்கள் திட்டம் தோற்றுவிட்டது என்று முடிவெடுத்து திரும்பி விடுகிறார்கள். திட்டமிடுதல் என்பது ஒரு தொடக்கம்தான் அது அப்படியே நடந்தாக வேண்டும் என்று அவசியமில்லை. மலையேறும் போது ஒவ்வொரு நிலையிலும் கிடைக்கிற அனுபவத்தை வைத்துக் கொண்டு ஒருவன் எப்படி முன்னேறிச் செல்கிறானோ, அதே போன்றதுதான் வாழ்க்கையும். ஆனால் திட்டமிட்டபடி எல்லாமும் நடக்க வேண்டும் என்று எதிர்

பார்ப்பதால் வழிநெடுக கிடைக்கிற அனுபவங்கள் கொடுக்கிற பாடத்தை நாம் கற்றுக் கொள்வதில்லை. மாறாக பயணத்தை பாதியில் முடித்துக் கொண்டு சுருண்டு படுத்துக் கொள்கிறோம்.

நன்கு படித்து, நிறைய சம்பாதித்து, வீடு, வாசல், கார் என ஒரு வசதியான வாழ்க்கை வாழ வேண்டும் என்று திட்டமிட்ட பலரில் வெகு சிலர் மட்டுமே அதை அடைகிறார்கள். அவர்களின் திட்டத்தில் ஏதோ ஓர் இடத்தில் சறுக்கல் விழுகிறபோது, இனி நம் திட்டம் பலிக்காது என்று அவர்கள் அவநம்பிக்கையோடு முடிவெடுத்து விடுகிறார்கள். வெகுசிலரே தங்கள் இலக்கை அடைய அனுபவம் சொல்லித் தரும் மாற்றுத் திட்டங்களை கையில் எடுக்கிறார்கள். சரி படிப்பு கைகொடுக்கவில்லை, நினைத்த வேலை கிடைக்கவில்லை. அதனால் எதிர்பார்த்த சம்பளத்தை எட்ட முடியவில்லை என்று ஏக்கத்தோடு அவர்கள் அமிழ்ந்து விடுவதில்லை. வேலைக்கு போவதற்கு பதிலாக நியாயமான ஒரு தொழிலைக் கையில் எடுக்கிறார்கள். தங்கள் திட்டத்தை மறு சீரமைப்பு செய்து செயல்படுத்துகிறார்கள். அனுபவங்களின் பயனை பயன்படுத்திக் கொள்கிறார்கள். ஒரு கட்டத்தில் எட்டிய இலக்கை அடைகிறார்கள்.

என் திட்டம் பொய்த்துவிட்டது என்று சோர்ந்து போகிறவர்களோ, ஆட்டத்தில் இருந்து விலகிக்கொள்கிறவர்களோ இதைச் செய்ய முடிவதில்லை. நீங்கள் ஒன்றில் வெற்றி அடைய வேண்டுமென்றால் முதலில் நீங்கள் அந்தக் களத்தில் இருந்தாக வேண்டும். நான் நினைத்தது நடக்கவில்லை என்று ஒதுங்கிக் கொண்டால் உங்கள் தோல்வியை நீங்களே உருவாக்குகிறீர்கள் என்று பொருள்.

வாழ்க்கை, வியாபாரம், வேலை, காதல், உறவு என அனைத்திலும் அனுபவங்களின் துணை அவசியப்படுகிறது. அதனை பெறுவதற்கு முன்பே பின்வாங்கி விடக்கூடாது. ஒருவர் பூஞ்செடிகள் விற்கும் சிறு பண்ணை ஒன்றைத் தொடங்கினார். தினந்தோறும் இவ்வளவு பேர் பூந்தொட்டிகள் வாங்குவார்கள் என்று கணக்குப் போட்டு ஒரு திட்டம் உருவாக்கியிருந்தார். ஆனால் திட்டமிட்டபடி ஒன்றும் நடக்கவில்லை. வீட்டுல இருக்குற பொருளை வைக்கவே இடமில்லை. இதில் பூந்தொட்டியை எங்கே போய் வைப்பது போய்யா என்று சொல்லிவிட்டார்கள்.

பூந்தொட்டி விற்பதற்காக அவர் பலரை சந்தித்த அனுபவத்தில் பூக்களை ஏற்றுமதி செய்தால் நல்ல வருமானம்

கிடைக்கும் எனக் கண்டறிந்தார். பூந்தொட்டிகளை விற்பதற்கு பதிலாக தன் பண்ணையில் வளரும் பூக்களை ஏற்றுமதி செய்தார். ஓரளவு லாபம் கிடைத்தது. ஏற்றுமதி வாணிபத்தில் கிடைத்த அனுபவத்தில் எந்தெந்த நாட்டில் என்னென்ன பூக்களுக்கு கிராக்கி என்பதை கண்டு கொண்டார். அவற்றை அதிகமாக வளர்த்து அவற்றை குறிப்பிட்ட நாடுகளுக்கு அனுப்பி அதிக லாபம் பார்த்தார். எல்லா பூக்களையும் சேர்த்து அழகான பூங்கொத்துகள் செய்து வெளிநாட்டு ஹோட்டல்களுக்கு அனுப்பி வைத்தால் பெரிய லாபம் கிடைக்கும் என்று அடுத்த அனுபவம் பாடம் சொல்லித் தந்தது. இன்று அவர் மிகப்பெரிய கோடீஸ்வரராய் பரிணமிக்கிறார். பூந்தொட்டி விற்று பணம் பண்ண வேண்டும் என்ற திட்டம் பொய்த்து விட்டதே என்று அவர் பண்ணையை மூடிவிட்டுப் போயிருந்தால் அவருக்கு கிடைக்க வேண்டிய அனுபவங்கள் கிடைக்காமலே போயிருக்கும். அவரால் புதிய புதிய திட்டங்களை உருவாக்கி இருக்க முடியாது. அவர் வெற்றியின் முதல் புள்ளி, களத்தில் இருக்கவேண்டும் என்ற அவரின் உறுதியான சிந்தனைதான்.

உங்கள் திட்டம் தோல்வியடைந்து விட்டது என்பதற்காக ஒடுங்கிப் போகாதீர்கள். களத்தில் துணிச்சலாக நிற்கப் பழகுங்கள். அனுபவங்களை சரியாகப் பயன்படுத்துங்கள். நின்று விளையாடுபவர்களைத்தான் களம் காப்பாற்றும். ஒதுங்கிக் கொள்பவர்களை அது பார்வையாளர் பகுதியில் உட்கார வைத்துவிடும். திட்டமிடுங்கள்... திட்டம் பலிக்கவில்லை என்றால் அதை பலிக்க வைக்க வேறொரு திட்டத்தை உருவாக்குங்கள். களம் தரும் அனுபவம் நம்மை கட்டாயம் காப்பாற்றும். கவலைப்படாதீர்கள்.

13

கெட்டவன் உண்டு; கெட்ட குணம் இல்லை!

ஒரு குணம் நம்மை பயன்படுத்துவதற்கும் நிறைய வித்தியாசங்கள் இருக்கின்றன. இன்னொரு பக்கம் என்ன பயன்பாட்டுக்காக நமக்கு ஒரு குணம் வழங்கப்பட்டு இருக்கிறதோ அதற்கு நேர் எதிரான வேலைகளையே பல நேரங்களில் செய்கிறோம்.

என் பால்ய சிநேகிதனும், நானும் அவனுடைய நண்பரின் வீட்டுக்கு ஓர் அலுவல் நிமித்தம் போயிருந்தோம். அவர்கள் பணிபுரியும் அலுவலகத்தில் நடக்கும் ஏதோ ஒரு பிரச்சினை தொடர்பாக இருவரும் விவாதித்துக் கொண்டு இருந்தார்கள். யாரோ ஒருவரைப் பற்றி பேசும்போது, "அந்த ஆள் எல்லா கெட்ட குணங்களும் கொண்டவர்" என்று நண்பன் கோபமாக சொன்னான். "ஒருவரைப் பற்றி இப்படி தீர்மானமாக குற்றம்சாட்டுகிறீர்களே, இது கெட்ட குணம் இல்லையா?" என்று எதிர்கேள்வி கேட்டார் அந்த நண்பர். என் சிநேகிதன் அமைதியானான்.

வாழ்க்கை குறித்து அந்த நண்பர் சொன்ன சில ஆழமான விஷயங்கள் அவசியமானதாகப் பட்டது. திடீரென்று நண்பனிடம் "உனக்கு கடவுள் நம்பிக்கை இருக்கா" என்று கேட்டார். அவனும் "இருக்கு" என்றான். அவர் "நல்லவரா?

கெட்டவரா'' என்றார். ''நல்லவர்தான்'' என்றான் நண்பன். "அப்படின்னா அவர் எல்லா மனிதனையும் நல்லவனா படைச்சிருக்கலாமே? ஏன் இப்படி உனக்கு பிடிக்காத மாதிரி சிலரையும், உன்னைப் பிடிக்காத மாதிரி சிலரையும் படைச்சாரு?"

''உங்களுக்குத் தெரியுமா தம்பி'' என்று என்னிடமும் கேட்டார். நானும் அவனைப் போலவே முழித்தேன். "இந்த உலகத்துல நல்ல மனுஷனும் இல்லை. கெட்ட மனுஷனும் இல்லை. நல்ல குணம், கெட்ட குணம் என்று எதையும் பிரிக்கவும் முடியாது. கோபம், வன்மம், குரோதம், பொறாமை, மறதி, இது எல்லாம் கெட்ட குணம்னா அதை ஏன் கடவுள் உருவாக்கி இருக்கணும். மனிதனுக்கு அந்த குணங்களும் தேவைங்கறதாலதான் அதையும் உருவாக்கி வச்சுருக்கான்.

சின்னப் பிள்ளைல இருந்து, பெரிய மனுஷர் வரைக்கும் மறதி கூடாது, எல்லாத்தையும் ஞாபகம் வச்சுக்கணும்னு சொல்றோம். அது ஒரு நல்ல குணம் போல பேசறோம். ஆனா மறதி மட்டும் இல்லாமப் போகும்னா என்ன ஆகும்னு யோசிச்சு பாருங்க? இங்க ஒரு மனுஷனும் நிம்மதியா இருக்க மாட்டான். கடவுள் மனுஷனை கொஞ்சம் அறிவாளின்னு நம்புறாரு. எதை எங்கே பயன்படுத்தணும்ங்கற அறிவு நமக்குத்தான் இருக்கணும்'' என்றார்.

ஆனால் நாம் பல நேரங்களில் கடவுளின் நம்பிக்கைக்கு புறம்பானவர்களாகவே இருக்கிறோம். நன்றியை மறக்கிறோம், தீங்கிழைத்தவரை மறப்பதில்லை. உதவி செய்தவரை மறக்கிறோம், உபத்திரவம் செய்தவர்களை மறப்பதில்லை. அவசரத்துக்கு துணை நின்றவர்களை மறந்து போகிறோம். அனாவசியமான விஷயங்களை நினைவில் வைத்துக் கொள்கிறோம். உண்மையில் மறதி ஓர் அற்புதமான குணம். எத்தனை இழப்புகளை, கவலைகளை கடந்து வர இது உதவியிருக்கிறது.

'பிறப்பு இல்லாமலே நாளொன்றும் இல்லை
இறப்பு இல்லாமலும் நாளொன்றும் இல்லை
நேசத்தினால் வரும் நினைவுகள் தொல்லை
மறதியைப் போல் ஒரு மாமருந்தில்லை'

என்றொரு பாடல் பேசுகிறது. இறந்து போனவர்களைப் பற்றியே நினைத்துக் கொண்டிருந்தால் ஒருவன் தன் வாழ்வின் அடுத்த கட்டத்திற்கு நகர்ந்திருக்கவே முடியாது.

ஒரு குணத்தை ஒரு மனிதர் எப்படி கையாளுகிறார் என்பதைப் பொறுத்தே அவரது ஆளுமை தீர்மானிக்கப்படுகிறது. நான் முன்பு வேலை செய்த நிறுவனம் ஒன்றில் ஒரு

நிர்வாகச் செயல்பாட்டு அதிகாரி இருந்தார். ஒரு மீட்டிங்கில் தனது குழுவைச் சேர்ந்தவர்கள் பணியை ஒழுங்காகச் செய்யவில்லை என்பதால் கோபத்தில் கொந்தளித்தார். கடுங்கூச்சல் போட்டார். அவரை வேறொரு விஷயத்திற்காக சந்திக்க காத்திருந்த என்னிடம் "சார் கடுங்கோபத்தில் இருக்கிறார், கவனமாக நடந்து கொள்ளுங்கள்" என்று எச்சரிக்கை செய்தார்கள்.

நான் அவரது அறையில் அவரைச் சந்தித்தபோது தயங்கித் தயங்கிப் பேசினேன். என் தடுமாற்றத்தை கவனித்த அவர், "என்ன... நான் கோபமா இருக்கேன்னு சொல்லிவிட்டாங்களா?" என்று கேட்டார். நான் தலையாட்டினேன். அவர் ஒரு புன்முறுவலோடு "நான் கோபத்தோடு இருப்பதாக காட்டிக்கொண்டேன். மனதளவில் அமைதியாகத்தான் இருக்கிறேன்" என்றார். "கோபம் ஒரு நல்ல ஆயுதம். அதை எங்கே, எப்படி பயன்படுத்த வேண்டும் என எனக்குத் தெரியும். அதை அடுத்தவருக்கும் எனக்கும் நலன் பயக்கும் சந்தர்ப்பங்களில் மட்டுமே பயன்படுத்துவேன்" என்றும் சொன்னார்.

அலுவலகத்தில் 10-க்கு 8 பேர் அவரை கோபக்காரர் என்று சொன்னாலும், கோபத்தை அவர் கையாளும் விதத்தில் அவரின் ஆளுமையை உணர முடிந்தது. ஒரு குணத்தை நாம் பயன்படுத்துவதற்கும், ஒரு குணம் நம்மை பயன்படுத்துவதற்கும் நிறைய வித்தியாசங்கள் இருக்கின்றன. இன்னொரு பக்கம் என்ன பயன்பாட்டுக்காக நமக்கு ஒரு குணம் வழங்கப்பட்டு இருக்கிறதோ அதற்கு நேர் எதிரான வேலைகளையே பல நேரங்களில் செய்கிறோம்.

அன்பில் தொடங்கி வன்மம் வரைக்கும் அது அப்படித்தான் நடக்கிறது. அன்பென்ற குணத்தை பல நேரங்களில் அதிகாரம் செய்யவும், அடுத்தவரை கட்டுப்பாட்டுக்குள் வைத்துக் கொள்ளவும் பயன்படுத்துகிறோம். நம்முடைய வீடுகளில் பல நேரங்கள் அன்பு அப்படித்தான் கையாளப் படுகிறது. 'நான் சொல்றதை நீ கேக்கலைன்னா அம்மா உங்கிட்ட பேசமாட்டேன்' என்ற ரீதியில் வெகு சிறிய வயதிலேயே அன்பு ஆயுதமாக்கப்பட்டு விடுகிறது. ஒரு கட்டத்தில் குடும்பங்களுக்குள் அன்பே சுமையாகிவிடுகிறது. யாராவது அன்பை முன்வைத்து அழுதால் எரிச்சல் வருகிறது. அன்பு காட்டும் யாரையும் கண்டு கொள்ளாதவர்களாகவும் சிலர் மாறிப் போகிறார்கள். எந்த குணத்தை எதற்கு பயன்படுத்த வேண்டும் என்பது குறித்து நமக்கு சரியான பயிற்சி இல்லை.

நம் உணர்வுகளின் கொந்தளிப்பால் எதிர்வினை செய்கிறவர்களாகவே நாம் இருந்து விடுகிறோம்.

உங்களின் ஒரு குணத்தை நீங்கள் செயல்படுத்துவதற்கு முன்னதாக எதன் பொருட்டு அதைச் செய்கிறேன் என்று கேள்வி எழுப்புங்கள். போட்டி ஒரு குணம், அது அடுத்தவரை அழிக்கவா, இல்லை நான் வெற்றி பெறவா? வன்மம் ஒரு குணம் அதை தீங்குக்கு எதிராக எனக்குள் வளர்க்கிறேனா, இல்லை யாரையேனும் தீர்த்துக்கட்டவா? தவறுகளுக்கு எதிராக நான் எரிச்சல் அடைகிறேனா, இல்லை என் சௌகர்யத்துக்கு குறைவு வரும்போது எரிச்சலடைகிறேனா என ஒவ்வொரு முறையும் கேட்டுக் கொள்ளுங்கள்.

எல்லா குணங்களுக்கும் ஆக்கும் சக்தியும் இருக்கிறது;

அழிக்கும் சக்தியும் இருக்கிறது. பயன்படுத்துகிறவரைப் பொறுத்து அதன் பலன் மாறுபடுகிறது. இயலாதவனிடம் எகிறுவது கோபம் இல்லை- அது கோழைத்தனம். காரியத்தை சாதித்துக் கொள்வதற்காக காட்டப்படுவது அன்பு இல்லை- அது சுயநலம். வெகுளியை ஏமாற்றுவது சாதுர்யம் அல்ல- அது திருட்டு.

நம் குணங்களின் உள்ளீடுகளை ஆராய்கிற அறிவு நமக்கு வந்துவிட்டால் அதை விட வரப்பிரசாதம் ஏதும் இல்லை. அந்த அறிவு அடுத்தவர்களின் குணத்தை சரியாக எடைபோடும் ஞானத்தைத் தந்துவிடும். அடுத்தவரின் கோபம், எரிச்சல், பொறாமை, அன்பு, ஆதங்கம், துயரம் என அனைத்தையும் அவர்களின் பக்கம் நின்று பார்க்கிற, புரிந்து கொள்கிற பக்குவத்தை அந்த அறிவு நமக்கு உருவாக்கித்தரும்.

வேண்டாம் என்று நினைத்திருந்தால் இறைவன் இத்தனை குணங்களை மனிதருக்கு தந்திருக்க மாட்டான். சரி என்றும் தவறென்றும் நாம் பிரித்து வகைப்படுத்தும் குணங்கள், அது கையாளப்படும் விதத்தைப் பொறுத்தே சரியாகின்றன. கொடுப்பது கடவுளின் வேலை, அதை சரியாகப் பயன்படுத்துவது நமது வேலை.

விளையாட்டாகச் சொன்னால் கடவுள் ரவை தருவார். அதை வைத்துக் கொண்டு உப்புமா செய்வதும், கேசரி செய்வதும் அவனவன் பொறுப்பு.

14

சின்ன வாழ்க்கை– பெரிய சந்தோஷம்!

ஒரு பொருளை முழுமையாகப் பயன்படுத்த வேண்டும், எதையும் வீணடித்து விடக்கூடாது என்றொரு வாழ்வியல் தத்துவம் நம் வீடுகளுக்குள்ளும், நம் பொருளாதார செயல்பாடுகளுக்குள்ளும் நேரடியாகவோ, மறைமுகமாகவோ இருந்து வந்தது.

சின்னதாய் இருந்தபோது வாழ்க்கை எவ்வளவு அழகாக இருந்தது. அம்பாசிடர் காரில் 8 பேர் பயணம் செய்த நாட்களில், இட நெருக்கடி பற்றிய சண்டைகள் இல்லை. பிளஷர் காரில் போகிற அனுபவமே பேரானந்தமாக இருந்தது. சவுக்குத் தோப்பில் ஜமுக்காளம் விரித்து, கட்டுச்சோறு உண்டு மகிழ்ந்த நாட்களில், சந்தோஷமாக இருக்க பெருஞ்செலவு செய்ய வேண்டிய அவசியம் இல்லாமல் இருந்தது. காரோ, இல்லை ஏதோவொரு வாகனமோ இடையில் நின்றால் அவ்வளவு பெரிய பிரச்சினையாக தெரியவில்லை.

ஊட்டிக்கு போய் வந்த கதையை ஒரு வருடம் பேசமுடிந்தது. ரிலீசான அன்றே படம் பார்த்தவர்கள் சாதனையாளர்கள். சின்ன ஊருக்கு தலைவர் படம் வரும் வரை காத்திருந்து, டவுனுக்கு போய் படம் பார்த்தவர்களிடம் கதை கேட்டு, அந்தக் கதையை நாமே படம் பார்த்தது போல் பத்து பேரிடம் சொல்லி நாலாவது மாசம் தியேட்டரில் அதை

பார்த்தபோதும் படம் நன்றாகத்தான் இருந்தது. பரிட்சை அட்டைக்கு தோதான அளவில் முருகன்-லட்சுமி படம் போட்ட காலண்டர் வாங்கிய நாட்கள் அழகாகத் தெரிந்தன.

கரும்பும், காளையும் நிற்கிற மஞ்சள் நிறத்திலான பொங்கல் வாழ்த்து அட்டைகளை வாங்கவும் அதை அனுப்பவும் இருந்த ஆர்வமும், மகிழ்ச்சியும் பொங்கலை விட நன்றாகவே இருந்தது. அண்ணனின் பத்தாத சட்டையை அழுது கொண்டே போட்டுக் கொண்டாலும், தம்பிகள் தங்களுக்

கென்று சட்டை தைக்கப்படும் தீபாவளிக்காக ஆர்வத்தோடு காத்துக்கிடந்த நாட்களில் வாழ்க்கை இந்த அளவுக்கு சுவாரஸ்யமற்றதாய், காரம், உப்பு, இனிப்பு என்று எதுவுமில்லாமல் சப்பென்று இல்லை. அது அழகாகத்தான் இருந்தது.

எனக்கு புத்தகமே வாங்கித் தரமாட்டீர்களா என்று அழுதாலும் பழைய புத்தகங்களை பைண்டிங் செய்து தரும் போது புதுப்புத்தகங்கள் கிடைத்தது போன்ற மனநிறைவை அடைந்து கொள்ளும் அளவுக்கு வாழ்க்கை எளிமையாய்,

சின்னதாய் இருந்தது. நடுத்தர வர்க்கத்துக்கான அளவுகோல் இவ்வளவு கடினமானதாக இல்லை. அம்மாவின் பழைய சேலைகள், தலையணை உறைகளாகவும், திரைச்சீலைகளாகவும், சில நேரம் அக்காவின் தாவணியாகவும் அறிவிக்கப்பட்ட போது, இப்போது இருப்பதுபோல் பெரிய ஏமாற்றம் ஒன்றும் ஏற்பட்டு விடவில்லை.

எனக்கு வாய்த்தது அவ்வளவுதான் என்றொரு ஏக்கப் பெருமூச்சு இருந்தாலும் வாடகை சைக்கிள் எடுத்து தெரிந்த தெருவழியே இரண்டு முறை போய்விட்டு வந்தால் இழந்த உற்சாகத்தை மீண்டும் பெற்று விடக்கூடிய அளவுக்கு வாழ்க்கை சிடுக்குகள் அற்றே இருந்தது. ஒரு பொருளை முழுமையாகப் பயன்படுத்த வேண்டும், எதையும் வீணடித்து விடக்கூடாது என்றொரு வாழ்வியல் தத்துவம் நம் வீடுகளுக்குள்ளும், நம் பொருளாதார செயல்பாடுகளுக்குள்ளும் நேரடியாகவோ, மறைமுகமாகவோ இருந்து வந்தது.

கெட்டுப்போன டிரான்சிஸ்டர்கள், ரிப்பேர் செய்யப்பட்டு, மறுபடி பாடின. கிரைண்டர் வாங்கினால் 10, 15 வருஷம் அம்மி கொத்துகிறவர் தயவில் அது பாட்டுக்கு ஓடிக் கொண்டிருந்தது. தோள்பட்டைக்கு கீழிறங்கிய கொஞ்சம் நீளமான அரைக்கை சட்டைகள் அவ்வளவு அசிங்கமானதாகப் பார்க்கப்படவில்லை. அயன்பாக்ஸ் தினமும் பயன்படுத்தினாலும் பத்து வருடமாவது பத்திரமாக வைத்திருந்தோம். சைக்கிளுக்கும், மொபட்டுக்கும் செயினில் எண்ணெய் போட வீட்டிலேயே புனல் மாதிரி கருவி ஒன்று இருந்தது.

ஒரு பொருளை வாங்கினால் அது கெட்டுப் போகாமல் பராமரிக்க வேண்டும், அப்படியே கெட்டுப் போனால் அதை சரி செய்ய வேண்டும். அதன் ஆயுட்காலத்தை அதிகரித்து பத்திரப்படுத்திக் கொள்ள வேண்டும் என்றொரு குணமும், மனமும் இருந்த சமூகம், பட்டன் அறுந்த சட்டைகளை பழைய சட்டை என்று அறிவித்து விட்டது. அண்ணனின் சட்டை களை அணிந்து கொள்வது அவமானம் என்றொரு செயற்கை நெருக்கடிக்கு தள்ளப்பட்டு விட்டோம்.

வார் அறுந்த செருப்புகளின் தையல் குறிகள் சிக்கனமானவைக் கூட கஞ்சன் என்று சொல்ல வைத்துவிட்டன. 10,000 ரூபாய்க்கு டி.வி. வாங்கி அதை வைப்பதற்கு 15,000 ரூபாய்க்கு அலங்கார ஸ்டாண்ட் வாங்கவேண்டி இருக்கிறது. வரவேற்பறைகள் நம் பொருளாதாரத்தை அறிவிக்கும் ஆயுதங்களாகிவிட்டன. தொலைந்து போன பொம்மைகளைப்

பற்றி கொஞ்சமும் கவலைப்படாமல் பிள்ளைகள் அடுத்த பொம்மை கேட்டு அடம் பிடிக்கின்றன. ஷோகேசில் சும்மா வைப்பதற்காகவே பெரும் விலை கொடுத்து பீங்கான் குவளைகள் வாங்கப்படுகின்றன. குதிகால் அழுந்தி பள்ளமான செருப்புகளுக்கு இப்போது பழைய செருப்பு என்பது பெயரல்ல. அதன் பெயர் பிய்ந்து போன செருப்பு.

ஒன்றை சரிசெய்து பராமரித்து பத்திரப்படுத்த வேண்டும் என்ற சித்தாந்தம் செத்து பழையதை தூக்கி எறிந்துவிட்டு புதியதாக வாங்கிக்கொள் என்கிற தத்துவமே நமக்குள் விதைக்கப்பட்டு இருக்கிறது. நம்முடைய அதிகபட்ச சிக்கனம் என்பது பழையதை தூக்கிப் போடாமல் ''எக்ஸ்சேஞ்ச் திருவிழாவில்'' புதிதாக மாற்றிக் கொள்வதாக மாறிப் போயிருக்கிறது. இதிலென்ன தப்பு? நம் சமூகம் வளர்ந்து இருக்கிறது, கொஞ்சம் நன்றாக வாழ ஆசைப்படுகிறது. தப்பேயில்லை. ''பழையது என்றால் அது பயனற்றது'' என்ற ஒரு முத்திரையை தெரிந்தோ, தெரியாமலோ நம்முடைய அடுத்த தலைமுறையின் மூளைகளில் ஏற்றிக் கொண்டிருக்கிறோம். பராமரித்து பயன்படுத்த வேண்டும் என்ற பண்பாடு தொடர்ந்து அலட்சியப்படுத்தப்படும் பட்சத்தில், பராமரிப்புச் செலவுகள் அனாவசியமானவை என்ற எண்ணம் தீவிரமாகும் பட்சத்தில் அது மனித உறவுகள் மீதும் பிரதிபலிக்கும்.

நல்லது, கெட்டதுகளை அனுசரித்துப் போகவேண்டிய சூழ்நிலைகளை அநேகமாய் அடுத்த தலைமுறை தூக்கி எறியத் துணிந்துவிடும். இப்போதே ஏறக்குறைய அப்படித்தான் இருக்கிறது. 'மாமா கொஞ்சம் கோபக்காரருதான். ஆனா அவரு உறவும், அன்பும் என்றைக்கும் வேண்டும்' என்று நினைக்க வேண்டிய மனசு, அவருடன் மல்லுக்கட்ட -அதாவது அவரது உறவை பராமரிக்க சிரமமாய் இருக்கிறது என்ற முடிவுக்கு வந்து அந்த உறவை எந்த இரண்டாம் சிந்தனையுமின்றி அறுத்துக்கொள்ளத் தயாராகும்.

பொருளைப் பராமரிப்பதற்கும், மனிதர்களைப் பராமரிப்பதற்கும் என்ன தொடர்பு என்று தோன்றலாம். பராமரிப்பு என்பது ஒரு வணிகவியல் வார்த்தை அன்று. ஒரு வாழ்வியல் பண்பாடு பழையன என்பவை பயனற்றவை என்கிற மனோபாவம் நமக்கெல்லாம் வந்தால் கம்பெனிகளுக்கு லாபம். நமக்கு? 'கொஞ்சம் காசு, பணம் வந்து மனுஷன் ஜாலியா இருக்கிறத இவ்வளவு ஆராயணுமா என்று கோபப்பட

வேண்டாம். காலம் இவ்வளவு மாறிப் போனாலும் இன்னமும் சமூகத்தின் ஒரு கணிசமான தொகையிலான மக்களுக்கு அம்பாசிடர் கார் பயணம் கூட அகப்படவில்லை. அம்மாவின் கிழிந்த சேலைகளுக்காக, ஏழை வீட்டு மகள்கள் காத்துக்கிடக்கிறார்கள்.

அன்றைக்கு வாழ்க்கை சின்னதாய் இருந்தது. அழகாய் இருந்தது. அதில் எல்லாரும் பங்கெடுத்துக் கொண்டோம். மனங்களுக்கு இடையிலான இடைவெளி குறைவாகவே இருந்தது. பொருளாதார ஏற்றத் தாழ்வுகள் இவ்வளவு அகலமாக இல்லை. அதனால் எளிய வாழ்க்கை சிக்கலாய் இல்லை. இன்றைய எளிய வாழ்க்கையின் அகலமும், நீளமும் பெரிதாகிவிட்டது. இதற்குள் வருவதற்கே சிரமப்படும் மக்கள் முற்றிலும் புறக்கணிக்கப்படுகிறார்கள். அவர்களையும் கைதூக்கிவிட நம் மனசு இடம் தருமென்றால் இப்போதைய வாழ்க்கையையும் தயக்கமின்றி, குற்றவுணர்வு இன்றி ரசிக்கலாம். அனுபவிக்கலாம்.

15

அசைன்மெண்ட்!

நிகழ்காலத் தருணங்களின் அழகையும் உண்மையையும் புரிந்துகொள்ள முடியாதவர்களால் எதிர்காலத்தையும் எளிதாக புரிந்து கொள்ள முடியாது.

மாலை வீட்டுக்கு வரப்போகிற மனிதர்களுக்கேற்றபடி வீட்டை மாற்றியமைக்க வேண்டும் என்று காலையில் இருந்தே சொல்லிக் கொண்டு, அந்தநாள் முழுவதும் படபடப்பிலேயே இருக்கிறவர்கள், நாளை காலை ரயிலைப் பிடிக்க வேண்டும் என்று சொல்லி இரவு முழுவதும் தூக்கம் வராமல் போராடுகிறவர்கள், இரவு 8 மணிக்கு நடக்கப் போகிற மீட்டிங்கில் என்ன செய்ய வேண்டும் என்று மனதுக்குள் தயாரித்துக் கொண்டே அந்த நாள் முழுவதும் செய்ய வேண்டிய வேலைகளை கடனே என்று செய்கிறவர்கள்... உங்களுக்குத் தெரிந்த, வேண்டப்பட்ட அல்லது நீங்களே கூட அப்படிப்பட்டவர்களாக இருக்கக்கூடும்.

நான் ரொம்ப பொறுப்பான ஆள் என்பதால் செய்ய வேண்டிய ஒன்றைப் பற்றி தீவிரமாக யோசித்துக் கொண்டே இருப்பேன் என்று அவர்கள் சில சமாதானங்கள் சொல்வதுண்டு. ஆனால் ஒரு நாளின் ஏதோ ஒரு அரைமணி நேரமோ அல்லது 1 மணி நேரமோ செய்ய வேண்டிய அந்த

வேலைக்காக எதற்காக மற்ற அத்தனை நேரங்களையும் காவு கொடுக்க வேண்டும். ஒரே ஒரு வேலையை ஒழுங்காகச் செய்ய வேண்டும் என்பதற்காக மற்ற எதையும் ஆழ்ந்து அனுபவித்து செய்யாமல் கடந்து போவது சரியாக இருக்க முடியுமா?

நம்முடைய பொறுப்புகளை சரிவர செய்துவிட வேண்டும் என்ற சிந்தனை சரிதான். ஆனால் எதிர்காலம் பற்றிய பதட்டத்தில் இப்போதைய நிமிடத்தின் அற்புதத்தை அறியாதவராய் இருப்பதுதான் நிறைய பேரின் பிரச்சினை. ஒவ்வொரு நிமிடமும், விநாடியும் நமக்கானதுதான் அதை முழுமையாக பயன்படுத்துவதும், அனுபவிப்பதும் நம்முடைய மனநிலையைப் பொறுத்தே அமைகிறது. நாளைக்கு நடக்க வேண்டிய விஷயங்களைப் பற்றிய சிந்தனையிலேயே இன்றைய நாள் கழிவது சரியன்று.

நாளைக்கு எழுத வேண்டிய பரிட்சை, மாலை கலந்து கொள்ள வேண்டிய மீட்டிங் விடிகாலையில் பிடிக்க வேண்டிய ரயில் என அடுத்து நடக்க வேண்டிய விஷயங்கள் குறித்தே எப்போதும் யோசித்துக் கொண்டிருப்பதன் பின்னணியில் அந்த குறிப்பிட்ட விஷயம் ஒழுங்காக நடக்குமா, நடக்காதா என்கிற சந்தேகமும் கவலையும் ஒளிந்திருக்கிறது. இன்னொன்று அந்த குறிப்பிட்ட விஷயத்திற்காக நாம் நம்மை சரியாக தயாரித்துக் கொள்ளாமல் இருக்கும் பட்சத்தில் அது சார்ந்த யோசனைகள் மனசு முழுவதும் அடைத்துக் கொள்கின்றன.

ஆழமாக யோசித்துப் பார்த்தால் ஒருநாள் முழுவதும் அதைப் பற்றியே நினைத்துக் கொண்டு இருக்க வேண்டிய, பதட்டப்பட்டுக் கொண்டு திரிய வேண்டிய அவசியமில்லை என்பதை உணரலாம். மாலை நடக்கப் போகிற மீட்டிங்கிற்கு உங்களை தயாரித்துக் கொள்ள உங்களுக்கு 1 மணி நேரம் தேவைப்படலாம். சாயந்திரம் எனக்கு மீட்டிங் இருக்கு... சாயந்திரம் எனக்கு மீட்டிங் இருக்கு என்று பதறிக்கொண்டே இருப்பவர்கள் அன்று மாலை வரை எதையுமே முழுதாகச் செய்வதில்லை. உச்சகட்டமாக அந்த மீட்டிங்கிலும் ஒழுங்காகச் செயல்படாமல் கோட்டை விட்டிருப்பார்கள்.

வழக்கம் போல் எல்லா வேலைகளையும் பார்த்துக் கொண்டு, மனதை நெருக்கடிக்கு ஆளாக விடாமல் இலகுவாக ஒவ்வொரு நிமிடத்தையும் அணுகினால் உங்கள் மீட்டிங்கும் வெற்றிகரமாக இருக்கும். அய்யோ மீட்டிங் இருக்கு. அதைச் செய்யணும், இதைச் செய்யணும் என்று மனசுக்குள் தடுமாறிக் கொண்டே இருப்பதால் சாதாரண மீட்டிங் மனதளவில்

பூதாகரமான நிகழ்வாக மாறிப் போகிறது. நமக்குத் தேவை ஒரு மணி நேரம்தான். அதற்காக ஒவ்வொரு மணி நேரத்தையும் வீணடிப்பது அபத்தம்.

நாங்கள் 5 நண்பர்கள். இரண்டு வருடங்கள் ஒரே நிறுவனத்தில் வேலை செய்தோம். தினமும் வேலை முடிந்து செல்லும்போது அடுத்தநாள் என்ன செய்ய வேண்டும் என்பதை மாலை நடக்கும் மீட்டிங்கில் சொல்ல வேண்டும். இந்த 5 பேரில் ஒருவனைத் தவிர மற்ற நான்குபேருமே நாளை என்ன செய்யப் போகிறோம் என்பதை மாலை மீட்டிங்கில் சொல்ல வேண்டுமே என்ற யோசனையிலேயே இருப்போம். ஒருவேளையும் ஓடாது. அப்படியே செய்தாலும் அதை முழுமையாகச் செய்ய முடியாதபடி மீட்டிங்கில் என்ன சொல்வது என்ற நினைப்பே மிரட்டிக் கொண்டு இருக்கும்.

ஒருவன் மட்டும் சாதாரணமாக இருப்பான். வேலைகளைச் சரியாகப் பார்ப்பான். மற்ற துறை நண்பர்களோடு சிரித்து விளையாடுவான். அவன் சந்தோஷமாக இருப்பதைப் பார்த்து அவன் நாளை என்ன செய்ய வேண்டும் என்பதை முடிவு செய்து விட்டான். அதனால்தான் சந்தோஷமாகத் திரிகிறான் என்று தோன்றும். அவன் எதிர்ப்படுகிறபோது "என்னடா நாளைக்கு என்ன 'அசைன்மெண்ட்' முடிவு பண்ணிட்டியா'' என்று கேட்பேன். அவன் இல்லை என்று சாதாரணமாகச் சொல்வான். 'எப்படி புளுகுகிறான் பார்' என்று மனதுக்குள் திட்டிக் கொள்வேன்.

காலையில் இருந்தே மீட்டிங்கில் என்ன சொல்வது என்ற கவலை வறுத்தெடுப்பதால் எங்கள் நாலுபேருக்கும் அந்த நாள் முழுவதும் எரிச்சலாகவும், அலுப்பாகவும், ஆர்வமில்லாமலும் இருக்கும் அந்த நண்பனோ, மாலை கேண்டினில் டீ குடிக்கிற நேரம் மட்டும் டீயை கையில் எடுத்துக் கொண்டு மொட்டை மாடிக்குப் போய்விடுவான். அரைமணி நேரம் கழித்துதான் வருவான்.

மாலை மீட்டிங்கில் எங்களை விட நல்ல 'அசைன்மெண்ட்' சொல்வான். 'நீ மட்டும் எப்படிடா டென்ஷன் இல்லாமல் இருக்கே?' என்று அவனிடம் கேட்டதுண்டு. 'டென்ஷன் ஆகி நீங்க என்னத்த கிழிச்சீங்க' என்று பதில் சொல்வான். 'பணியைத் திறம்பட செய்தல்' என்ற அளவுகோலில் வைத்துப் பார்த்தால் அவன் எங்கள் நான்குபேரையும் விட சிறப்பானவன். அலுவலகத்திலும் அவனுக்குத்தான் மதிப்பும் நற்பெயரும் அதிகம்.

‘நீ மட்டும் எப்படிடா ஈவினிங் மீட்டிங் பற்றி கவலைப்படாமல் இருக்கே?’ என்பதுதான் அவனிடம் நாங்கள் அடிக்கடி கேட்கும் கேள்வி. அவன் ஒருநாள் எங்களிடம் ஒரு எதிர்க்கேள்வி கேட்டான். “நீங்கள்லாம் இங்க வேலை பார்க்க வந்தீங்களா இல்லை மீட்டிங்ல ‘அசைன்மெண்ட்’ சொல்றது மட்டும்தான் உங்க வேலையா?”

‘‘இல்லடா என்ன அசைன்மெண்ட் சொல்றதுங்கற நினைப்புதான் நாள் முழுவதும் ஓடுது. அதான்...’’ என்று தயங்கித் தயங்கி சொன்னான் இன்னொரு நண்பன்.

“24 மணி நேரமும் என்ன அசைன்மெண்ட் சொல்றதுண்ணே பயந்துகிட்டே இருக்கீங்களே என்னைக்காவது அசைன் மெண்ட் சொல்லாம வீட்டுக்குப் போயிருக்கீங்களா?” என்றான். யோசித்துப் பார்த்தபோதுதான் தெரிந்தது. ஒருநாளும் அப்படி நடந்தது இல்லை. தினமும் ஏதாவது ஒரு அசைன்மெண்ட் சொல்லிக் கொண்டுதான் இருந்தோம். உண்மையா யோசிச்சு சொல்லுங்க. காலையில இருந்து சாயந்திரம் வரைக்கும் அதைப் பத்தியே யோசிச்சுக்கிட்டே இருந்ததாலதான் அசைன்மெண்ட் சொல்ல முடிஞ்சுதா என்று கேட்டான். சத்தியமாக இல்லை என்று எங்கள் நான்குபேருக்கும் தெரியும். அந்த நண்பனுக்கும் எங்களுக்கும் அடிப்படையில் ஒரு வித்தியாசம் இருந்தது. அவன் ஒவ்வொரு நிமிடத்தையும் முக்கியமானதாக நினைத்தான். நாங்களோ முக்கியமான விஷயங்கள் என்று நம்பப்பட்ட செயல்கள் நடக்கும் நேரத்தை மட்டுமே அவசியமானதாகக் கருதினோம். காலையில் இருந்து மாலை வரை தன் வேலைகளை ரசித்து செய்த அந்த நண்பன், நாங்கள் நாள் முழுக்க யோசித்துக்கொண்டிருந்த ‘அசைன்மெண்ட்’டை கண்டுபிடிக்க எடுத்துக்கொண்டது மொட்டைமாடியில் செலவிட்ட அந்த அரைமணி நேரம்தான். பின்னாளில் அவன் எங்களுக்கே அதிகாரியாக வந்தபோது அவனின் பதற்றமில்லாமல் அணுகும் குணம் வளர்ச்சியைக் கொடுக்கும் என்பதை ஆதாரத்தோடு உணர்ந்து கொள்ள முடிந்தது.

அந்தந்த நேரத்தில் செய்ய வேண்டிய வேலைகளுக்கு அந்தந்த நேரத்தில் முக்கியத்துவம் கொடுத்த அந்த நண்பன், அசைன்மெண்ட்டை யோசிக்க மொட்டை மாடியில் அரை மணி நேரம் ஒதுக்கினான். நாங்களோ செய்ய வேண்டிய வேலைகளையும் சரியாகச் செய்யாமல் சந்தோஷமாகவும் இல்லாமல் அசைன்மெண்ட் சொல்வது எப்படி என்ற கவலையை கட்டிக் கொண்டே அழுதோம்.

இங்கு நிறைய பேர் அப்படித்தான் நாளைக்கு இருக்கிற வேலையை எப்படிச் செய்யப் போகிறோம் என்பதை யோசித்துக் கொண்டே, குடும்பத்தோடு கடைவீதிக்குப் போய் கடனே என்று நேரம் கழிக்கிறோம். மனைவி என்ன சேலையை எடுத்துக் காட்டினாலும் நல்லாருக்கு என்று சும்மா சொல்லி வைக்கிறோம். எப்போதோ செய்ய வேண்டிய வேலைக்காக இப்போது அனுபவிக்க வேண்டிய அற்புதமான விஷயங்களை விட்டுவிடுகிறோம். இந்தத் தருணமும் முக்கியமானதுதான். தினமுமா கடைவீதிக்கு வருகிறோம்? குழந்தைகளோடும், குடும்பத்தோடும் சந்தோஷமாக இருக்க கிடைத்திருக்கும் இந்த நேரத்தை இழப்பதும், அதில் சரியாகப் பங்கெடுத்துக் கொள்ளாமல் இருப்பதும் எந்த மகிழ்ச்சியையும் தரப் போவதில்லை. கடைவீதியில் இறுகிய முகத்தோடு, நாளை செய்ய வேண்டிய வேலையைப் பற்றியே நினைத்துக் கொண்டு இருப்பதால், அந்தப் பணியை சிறப்பாக செய்துவிட முடியும் என்று சொல்ல முடியாது. மாறாக, இந்த தருணத்தை அனுபவித்துக் கிடைக்கும் மனநிறைவு நாளைய வேலையை சிறப்பாக செய்ய பயன்படலாம்.

இதெல்லாம் சொல்லத்தான் நல்லா இருக்கும் செய்ய முடியாது என்று தோன்றும். ஆனால் முயற்சித்துப் பார்க்கலாம். முடியாது, நான் கஷ்டப்பட்டு கவலைப்படுவேன். அதுதான் எனக்கு பிடிக்கும் என்று சொன்னால் ஒன்றும் செய்ய முடியாது. நிகழ்காலத் தருணங்களின் அழகையும் உண்மையையும் புரிந்துகொள்ள முடியாதவர்களால் எதிர்காலத்தையும் எளிதாக புரிந்து கொள்ள முடியாது.

நாளைய வேலையை நன்றாகச் செய்ய முடியும் என்று நம்புங்கள். நாள் முழுக்க அது பற்றியே யோசித்துக் கொண்டிராமல், ஒரு குறிப்பிட்ட நேரம் ஒதுக்கி தெளிவு பெறுங்கள். நாளைய நிமிடங்கள் நன்றாக இருக்க வேண்டும் என்பதற்காக இப்போதைய நிமிடங்களை கொல்லுவது புத்திசாலியின் வேலையில்லை.

16

கண்ணாமூச்சி!

ஹெல்மெட்டையும் துப்பட்டாவையும் வைத்து உங்களுக்குத் தெரிந்தவர்களை ஏமாற்றிவிடலாம். ஆனால் தெரியாத மனிதர்களால் ஆபத்து வருகிறபோது அவர்கள்தானே ஓடிவரவேண்டும்.

“நீ பாட்டுக்கு அந்தப் பொண்ணை கூட்டிக்கிட்டு இப்படி சுத்துறியே யாராவது பார்த்தா என்ன ஆகும்?”

“யாரும் பார்க்க முடியாது. நான் ஹெல்மெட் போட்டி ருப்பேன். அவ துணியால் முகத்தை மூடியிருப்பா. நான் போற வேகத்துக்கு எவனாலயும் எங்களைக் கண்டுபிடிக்க முடியாது.”

இரண்டு இளைஞர்களுக்கு இடையே நடந்த ஓர் உரையாடல் இது.

இந்த உலகமே கண்ணை மூடிக்கொண்டு உறங்குகிறது என்ற நினைப்பில், தங்களை புத்திசாலிகளாக கருதும் பலர் யதார்த்த உண்மைகளை அறிவது இல்லை. இங்கு யாரும் கண்ணை மூடிக்கொண்டு இல்லை. கண்டும் காணாதது போல் இருக்கிறார்கள். நாகரிகம் கருதியோ, கண்டிக்க முடியாமலோ அல்லது எப்படி கையாள்வது என்பது புரியாமலோ கவனிக் காதது போலவே காலம் நகர்த்துகிறார்கள்.

மது அருந்திவிட்டு வாசனைப் பாக்கு போட்டுக்கொண்டு சென்றால் மனைவிக்குத் தெரியாது என்று நினைக்கிற ஆண்கள், காதலனோடு கடற்கரைக்குச் சென்று வந்த சுவடே

தெரியாமல் வீட்டில் இருப்பவர்களை நம்ப வைத்துவிட்டதாக நினைக்கிற யுவதிகள், அப்பா கவனிக்கவில்லை என்று நம்பிக்கொண்டு புத்தகத்திற்குள் வேறு எதையோ வைத்துப் படிக்கும் விடலைகள் என எல்லா பருவத்திலும், வயதிலும் யாரையோ ஏமாற்றிவிட்ட பெருமிதத்தோடு நம்மை நாமே ஏமாற்றிக்கொள்கிறோம்.

தவறென்று, நாமே நினைத்துக்கொண்டு இருக்கிற விஷயத் தை மறைத்துச் செய்வதால் மட்டும் பாதிப்புகள் இல்லாமலா போய்விடும். இன்னொன்று நான்தான் அறிவாளி, அடுத்தவர் கள் தன்னைக் கண்டுபிடிக்க முடியாது என்பது நம் அறியாமை யைக் காட்டுகிறது. பிள்ளையின் புதிய புதிய செயல்பாடுகள், உடல்மொழி இவற்றை வைத்தே அவர்கள் என்ன செய்துகொண்டி ருக்கிறார்கள் என்பதை அறிந்துவிடுகிற பெற்றோர்கள் நிறையபேர் உண்டு. மாணவன் உண்மை சொல்லுகிறானா இல்லை பொய் சொல்கிறானா என்பதை அவனது பேச்சில் இருந்தே புரிந்துகொண்டுவிடும் ஆசிரியர்கள் உண்டு. விட்டுப் பிடிக்கலாம் என்பதற்காகவோ, தானாக சரியாகிவிடும் என்ற நம்பிக்கையிலோ அல்லது கையும் களவுமாக பிடிக்க வேண்டும் என்று காத்திருப்பதாலோ அவர்கள் எதுவும் தெரியாததுபோல் நடந்துகொள்கிறார்களே அன்றி அவர்கள் ஏமாளிகள் அல்ல.

அவர்களை ஏமாளிகள் என்று நினைக்கிறவர்கள்தான் ஏமாந்து போகிறார்கள். 'உங்கள் மனைவிக்குத் தெரியாத உங்க ளின் ஒரு பழக்கம் என்ன என்று சொல்லுங்கள்' என்று ஒரு முறை நீயா-நானா நிகழ்ச்சியில் கேட்டேன். அது கணவர்கள் ஒரு பக்கமும், அவர்களின் மனைவியர் எதிர்பக்கமும் இருந்து விவாதித்த ஒரு நிகழ்ச்சி. "7 வருடமாய் சிகரெட் குடிக்கிறேன். என் மனைவிக்குத் தெரியாது" என்றார் ஒருவர். "வாரம் ஒருமுறையாவது மது அருந்துவேன், அவளுக்குத் தெரியாது" என்றார் இன்னொருவர். இப்படி ஒவ்வொருவரும் ஆளுக்கு ஒன் றாய் சொன்னார்கள். எதிரில் இருந்த மனைவிமார்களோ ஒரே வரியில் "அதெல்லாம் தெரியும்..." என்று சொல்லிவிட்டார்கள்.

ஒவ்வொரு மனைவியும் அதைக் கண்டும் காணாததுபோல இருப்பதற்கு ஒவ்வொரு காரணம் இருக்கலாம். இந்த உலகமும் நம் சம்பந்தப்பட்ட மனிதர்களும் நம்மை கவனித்துக்கொண்டே தான் இருக்கிறார்கள். அவர்களிடம் இருந்து தப்பித்துக் கொள்ள இன்றைய இளைஞர்கள் செய்கிற பல வேலைகள் அவர்களுக்கு எதிராகவே அமைந்துவிடுகிறது. ஆள் அரவமற்ற கடற்கரைப் பகுதி தேடி, யாருக்கும் தெரியாமல் வந்துவிட்

டோம் என்று நினைக்கும் காதல் ஜோடி, சமூக விரோதிகளின் கைகளில் சிக்கிக்கொள்கிறது. இதுபோன்று தனிமை நாடி வரும் ஜோடிகளை குறிவைத்தே நீண்ட காலமாக பெருங் கும்பல் அநியாயங்களை அரங்கேற்றிக் கொண்டிருக்கிறது.

யார் கையிலும் சிக்காமல் தப்பித்து தாங்கள் விரும்பிய இடத்துக்கு வந்துவிட்டதாக நினைக்கிறவர்கள், சம்பந்தமில் லாமல் தவறான மனிதர்களிடம் சிக்கிக்கொள்கிறார்கள். பெற்ற வர்களையும், ஆசிரியர்களையும் ஏமாற்றிவிட்டதாக தம்பட் டம் அடித்துக் கொள்கிறவர்கள், தேர்விலும் வாழ்க்கையிலும் தோற்று ஏமாந்து போகிறார்கள். எப்போது அடுத்தவருக்குத் தெரியாமல் ஒன்றைச் செய்ய வேண்டும் என்று நினைக் கிறோமோ, அப்போதே அந்தச் செயல் கேள்விக்குள்ளாகிறது. நமது நலன் விரும்புகிறவர்களையும் உரிமைப்பட்டவர் களையும் ஏமாற்றுவதில் என்ன சாதனை இருந்துவிட முடியும். அவர்களை ஏமாற்றி நடக்கிற காரியம் ஒரு நல்ல விஷயமாக இருந்துவிட முடியுமா?

போர்வைக்குள் ஒளிந்துகொண்டு பொழுது விடியும்வரை தொலைபேசுகிற இளசுகள் அருகில் படுத்துக் கிடக்கிற அம்மாவை சாதுர்யமாக ஏமாற்றிவிட்டதாக நினைக்கிறார்கள். வீட்டுப் பெரியவர்கள் அமர்ந்திருக்கும்போது அவர்களுக்குத் தெரியவேண்டாம் என்று நாம் நினைக்கிற தகவல்களை ஆங்கிலத்தில் பேசுவதன் மூலம் அறிவாளியாகிவிட்டதாக நினைத்துக்கொள்கிறோம். அப்பா கவனிக்கமாட்டார் என்று நாமாக முடிவு செய்துகொண்டு அவர் சட்டைப்பையில் இருந்து தேவையானதை எடுத்துக்கொள்கிறோம். இதெல்லாம் சின்ன விஷயம் போல தெரியலாம். ஆனால் இதுபோன்ற சின்ன விஷயங்கள்தான் திருட்டுத்தனத்தை சாதுர்யம் என்று நினைக்க வைக்கின்றன. நம் அன்புக்குரியவர்களை ஏமாற்றுவது புத்திசாலித் தனம் என்று நம்ப வைக்கின்றன.

ஹெல்மெட்டையும் துப்பட்டாவையும் வைத்து உங்களுக் குத் தெரிந்தவர்களை ஏமாற்றிவிடலாம். ஆனால் தெரியாத மனிதர்களால் ஆபத்து வருகிறபோது அவர்கள்தானே ஓடிவரவேண்டும். நீங்கள் ஏமாளிகள் என்று நினைக்கிறவர்கள் எல்லாரும் அவரவர் வயதில் அந்தந்த அனுபவங்களை கடந்து வந்தவர்கள்தான். மொட்டை மாடியில் காற்று வாங்கப் போகிறேன் என்று நீங்கள் சம்பந்தமில்லாமல் சொல்லும்போது அவர்களால் சட்டென்று உங்களை யூகித்துவிட முடியும். இதெல் லாம் இளமையின் வேகம். தானாக சரியாகிவிடும் என்று அவர்

கள் யோசித்திருக்கக் கூடும். நீங்கள் என்ன செய்கிறீர்கள் என்பதை வேறு வடிவத்தில் அவர்கள் கண்காணித்துக்கொண்டிருக்கக் கூடும். அவர்களை ஏமாற்றிவிட்டதாக நீங்கள் கருதிக் கொண்டால் அது உங்களின் சிறுபிள்ளைத்தனம். அவர்களின் மௌனமும் அமைதியும் அவர்களின் வாழ்வியல் அனுபவத்தைச்

சொல்லுகின்றன. அவர்கள் மௌனமாய் இருப்பதால் உங்களின் செயல்பாடுகளைக் கவனிக்கவில்லை என்று அர்த்தமில்லை.

ஆனால் இந்த கண்டும் காணாமல் இருக்கும் போக்கு நிறைய சிக்கல்களையும் உருவாக்குகிறது. பெரியவர்களின் கண்டும் காணாமல் இருக்கும் போக்கை அவர்களின் அறியாமை என்று நம்புகிற இளைஞர்கள் அடுத்தடுத்து ஆபத்தான வேலைகளில் ஈடுபட ஆரம்பிக்கிறார்கள். தான் என்ன செய்தாலும் யாருக்கும் தெரியாது என்று அவர்கள் நம்புவதன் பின்னணியில் கண்டும் காணாமல் இருப்பதால் ஏற்படும் பாதிப்பை பார்க்க முடிகிறது. பெரியவர்களை எளிதில் ஏமாற்ற முடியும் என்ற நம்பிக்கை வளர, வளர தப்பிக்கவே முடியாத ஆபத்துகளில் இளைஞர்கள் சிக்கிக்கொள்கிறார்கள். ஏமாற்றுவதில் கிடைக்கிற 'த்ரில்' நாம் எவ்வளவு தவறான, ஆபத்தான காரியத்தை செய்கிறோம் என்பதை உணரவிடாமல் அவர்களை மழுங்கடித்துவிடுகிறது.

கண்டும் காணாமல் இருக்கிறவர்கள் ஒருபக்கம் இருக்க, உண்மையிலேயே பிள்ளைகள் என்ன செய்துகொண்டிருக் கிறார்கள் என்பதை கவனிக்காதவர்களின் எண்ணிக்கை இப் போது அதிகமாக இருக்கிறது. என் பிள்ளை ரொம்ப நல்லவன், ரொம்ப நல்லவள். அவனோ, அவளோ எந்தத் தப்பும் செய்ய மாட்டார்கள்... நான் அவர்களை அப்படி வளர்க்கவில்லை என்று இனிமேல் டயலாக் பேச முடியாது. குறைந்தபட்சம் நம் பிள்ளைகளுக்கு ஒரு எதிர்பாராத ஆபத்து என்றால் உடனே அவர்களுக்கு உதவக்கூடிய தூரத்தில் நாம் இருக்க வேண்டும். அவர்களின் செயல்பாடுகள், நண்பர்கள் பழக்க வழக்கங்கள் ஆகியவற்றை கவனித்திருக்காவிட்டால் அவர்கள் எங்கே போகி றார்கள், வருகிறார்கள் என்பதை தெரிந்து வைத்திருக்கா விட் டால் அவர்களின் ஆபத்துகளில்கூட உதவ முடியாத நிலைமை ஏற்படலாம். இன்றைக்கு சூழல் நிறைய மாறியிருக்கிறது. கண்டும் காணாமல் இருந்தாலும் சிக்கல். கங்காணி போல இருந்தாலும் சிக்கல். கண்டிப்பாக இருந்தாலும் சிக்கல். இதற்கு ஒரு வழிதான் இருக்கிறது. நம்முடைய பதின் பருவத்துப் பிள்ளைகள் தங்களுக்கு எது தோன்றினாலும் அதை முதலில் என் வீட்டில் சொல்லவேண்டும் என்ற எண்ணத்தோடு வளர வேண்டும். அந்த எண்ணம் உருவாக, அவர்களுடன் வெளிப்படை யாக உரையாடும் பழக்கத்தையும், அவர்களுக்கு நேரம் ஒதுக்கும் பண்பாட்டையும் நம்முடைய வீடுகள் உருவாக்கியே தீரவேண்டும்.

17
பொங்கச் சோறு!

நம்முடைய பிள்ளைகளுக்கு நம்முடைய வேர்களை அடையாளப்படுத்த, குறைந்த கால அவகாசத்திற்குள் நம்முடைய பண்பாடுகளை சொல்லித்தர, பொங்கல் நாட்களைப்போல் சிறந்த விடுமுறை நாட்கள் வேறொன்றும் இல்லை.

பொங்கலுக்கு ஊருக்குப் போக பஸ்ஸோ, ரயிலோ பிடித்து சிக்கல் இல்லாமல் போய்விட்டோம் என்றால் அது 5,6 ஆஸ்கர் அவார்டு வாங்கியதற்கு சமம். சென்னையில் இருந்து, ஏதாவது ஒரு பேருந்தில் ஏற முயற்சித்து தோற்று போன அல்லது நொந்துபோன சென்னைக்காரர்களுக்குத்தான் அந்த வலி தெரியும். ஆட்கள் குறைவான, அநேகமாக எல்லாக் கடைகளும் மூடியிருக்கிற, பரபரப்பும், தூசியும் குறைவான சென்னையைப்பார்க்க விரும்புகிறவர்கள் பொங்கல் விடுமுறை யில் சென்னைக்கு வரலாம். சென்னை நகரத்தின் சாலைகள் எவ்வளவு அகலமானவை என்பதை அப்போது பார்க்க முடியும். எவ்வளவு பேர் பிழைப்புக்காகவும் படிப்புக்காகவும் சென்னையில் தங்கியிருக்கிறார்கள் என்பதை பொங்கல் விடுமுறையில் புரிந்துகொள்ளலாம். கிட்டத்தட்ட ஊரையே எல்லாரும் சேர்ந்து காலி பண்ணிப்போனது போல் இருக்கும். பஸ் கிடைக்காமலோ, வேலைப்பளு காரணமாகவோ

ஊருக்குப் போகமுடியாதவர்கள் ஹோட்டல் கிடைக்காமல் அல்லாட வேண்டியிருக்கும், நம் பட்ஜெட்டுக்குக் கட்டுப்படி யாகாத பெரிய ஹோட்டல்கள் மட்டுமே திறந்திருக்கும். நடுத்தர உணவகங்கள் எல்லாம் பொங்கல் வாழ்த்து போர்டை வெளியில் தொங்க விட்டுவிட்டு ஊருக்குப் போய்விடுவார்கள், வாகை டிபன் சென்டரில் தொடங்கி, பாண்டியன் மெஸ் வரைக்கும் எல்லா ஹோட்டல்களின் வாசல்களிலும் தொங்கும் பொங்கல் விடுமுறை போர்டு இன்னமும் பசியைக் கிளப்பும்.

எப்படியாவது ஊருக்கு போயிடறேன்னு சொல்லி பஸ் ஏறின நண்பனுக்கு போன் செய்தால் 'இப்பதாண்டா விழுப்புரம் தாண்டி போயிக்கிட்டு இருக்கேன்' என்று பதில் வரும். என்னடா ராத்திரி 12 மணிக்கு பஸ் ஏறினவன் இன்னும் ஊர் போய் சேரலையாடா. நம்மபாடு தேவலைபோல இருக்கே என்று தோன்றும். இப்பிடி பொங்கல் ஒவ்வொருவருக்கும் ஒவ்வொரு அனுபவம். ஆனால் எப்படியும் குழந்தை குட்டிகளோடு தங்கள் சொந்த கிராமத்தில் போய் பொங்கல் கொண்டாடவேண்டும் என்று தீர்மானமாக இருப்பவர்களுக்கு பொங்கல் ஓர் அற்புதமான அனுபவம்.

பொங்கலின் சிறு வயது ஞாபகங்கள் எனக்கு எப்பொழுதும் இதயத்தில் பசுமையாக இருக்கின்றன. எங்கள் சொந்த ஊர் பட்டுக்கோட்டை பக்கத்தில் இருக்கிற சித்துக்காடு கிராமம். அங்கிருந்து சில கிலோமீட்டர்கள் தள்ளியிருந்த சிறு நகரத்தில் வாழ்ந்தோம். சின்னப் பிள்ளையாக இருக்கும்போது பொங்கல் நாட்களை எப்பொழுதும் எங்கள் கிராமத்தில்தான் கொண்டாடுவோம். போகிப் பண்டிகையில் தொடங்கி, மாட்டுப்பொங்கல், அதற்குப் பிறகான திருவிழாக்கள் என்று கிராமமே ஓர் அலங்காரத்தோடு களைகட்டியிருக்கும் அந்த நாட்களை மறக்கவே முடியாது. ஆனால் இப்பொழுதெல்லாம் பொங்கல் என்பது விடுமுறை என்கிற அளவில் பாவிக்கப்படுவதுதான் கொஞ்சம் வருத்தமான விஷயம்.

ஏறக்குறைய தங்களுடைய வேர்களில் இருந்து வெகுதூரம் வந்துவிட்ட ஒரு தலைமுறை தங்களுடைய அடையாளம் என்ன என்பதை மறந்துகொண்டிருப்பதன் வெளிப்பாடுதான் பொங்கல் பண்டிகையை வெறும் 'ஹாலிடே' என்கிற அளவிலே கருதுவதாகும். இன்றைக்கு வேலை நிமித்தமாக தங்களுடைய வாழ்க்கையை நகரங்களில் அமைத்துக்கொண்டிருக்கும் இந்த தலைமுறையைச் சேர்ந்தவர்களுக்கு தங்களுடைய பிள்ளை களுக்கு கிராமங்கள் என்றால் என்னவென்றே தெரியாமல்

போய்விடுமோ? தானும் தன்னுடைய குடும்பமும் வாழ்ந்த வாழ்க்கையை தங்களுடைய பிள்ளைகள் அனுபவிக்காமல் போய்விடுவார்களோ என்ற கவலை ஏதோ ஒரு மூலையில் இருக்கவே செய்கிறது. அதனால் பொங்கலுக்கு மட்டுமேனும் சொந்த கிராமத்துக்குப் போய் விடவேண்டும் என்று சிலர் உறுதியாய் இருக்கிறார்கள்.

நகரத்தின் பரபரப்புக்கும் அதன் செயற்கையான வசதிகளுக்கும் பழகிப்போன நம் பிள்ளைகளுக்கு பொங்கல் காலகட்டத்தில் இருக்கக்கூடிய கிராமத்தின் அழகும் சிறப்பு களும் நிச்சயமாய் ஈர்க்கும். கிராமம் குறித்த அவர்களுடைய பார்வையை மாற்றி அது ஒரு புதிய அனுபவத்தைத் தரும். உறவுகள் சூழ, மனிதர்கள் கூடி, நிறைய விளையாட்டுகளும், கொண்டாட்டமுமாக ஒரு கிராமம் குழந்தைக்குப் பிடித்துப் போக இந்த காலகட்டம் ரொம்பவும் சரியானது. நகரங்களில் பெருங்கூட்டம் இருந்தாலும் நான் தனிமனிதன் என்கிற மனநிலையோடு அது நகர்ந்து கொண்டிருக்கிறது.

ஆனால் பொங்கல் போன்ற திருவிழா காலங்களில், கிராமங்களில் நடைபெறக்கூடிய கூட்டாக பொங்கல்வைத்தல், கோயிலுக்கு முன்னால் நூற்றுக்கணக்கான பானைகளில் பொங்கலிடுதல் போன்ற விஷயங்கள் 'நான், இந்த சமூகத்தின் ஓர் அங்கம்' என்ற உளவியல் ரீதியான நேர்மறைத் தாக்கத்தை நம்முடைய பிள்ளைகளிடம் ஏற்படுத்தும் அது அவர்களை பாதுகாப்பாகவும் சந்தோஷமானதாகவும் உணரச்செய்யும். என்ன ஆனாலும் சரி பொங்கல் விடுமுறைக்கு பிள்ளைகளோடு கிராமத்திற்கு போயே ஆகவேண்டும் என்ற உறுதியோடு ஒவ்வொரு வருடமும் தன்னுடைய கிராமத்தை நோக்கிப் பயணப்பட்டுபோகும் பல நண்பர்களை எனக்குத் தெரியும்.

அவர்கள் தங்கள் அனுபவத்திலிருந்து சொல்லுவது இதுதான், நம்முடைய பிள்ளைகளுக்கு நம்முடைய வேர்களை அடையாளப்படுத்த, குறைந்த கால அவகாசத்திற்குள் நம்முடைய பண்பாடுகளை சொல்லித்தர, பொங்கல் நாட்களைப்போல் சிறந்த விடுமுறை நாட்கள் வேறொன்றும் இல்லை. இன்னொரு பக்கம் கிராமங்கள் பற்றிய உண்மையான அடையாளங்களைக் கண்டு உணர்வதற்கான வாய்ப்பு நம்முடைய பிள்ளைகளுக்கு இந்தப் பொங்கலை கிராமங்களில் கொண்டாடுவதன் மூலம் கிடைக்கிறது.

நம்முடைய பண்பாட்டையும், பழக்கவழக்கங்களையும் அதற்கான காரணங்களையும் பாடங்களின் வழியாகவும்,

அறிவுரைகளின் வழியாகவும் சொல்லி உணரவைப்பது சிரமம். ஆனால், அதனை கண்கூடாக கண்டு அனுபவிக்கிற வாய்ப்பை இது போன்ற பண்டிகைகளே உருவாக்குகின்றன. பெருநகரங்கள் நியூ இயர் கொண்டாடுவதற்கான இடமாக மாறிப் போய்விட்டன. ஊரில் பொங்கல் கொண்டாடுவது போன்ற உணர்வை ஓரளவேனும் பெற, குறைந்தபட்சம் மொட்டைமாடி தேவைப்படுகிறது. அங்கு பொங்கல் வைக்கவும் அப்பார்ட்மெண்ட் அசோசியேஷனின் அனுமதி தேவைப்படுகிறது.

நான் யார்? என்னுடைய பின்னணி என்ன? என்னுடைய பண்பாடு என்ன என்ற அடையாளம் சார்ந்த பண்பாட்டுக் கூறுகளை நேரடி அனுபவத்தில் உணர்ந்துகொள்ள இப்போது பண்டிகைகள் மட்டுமே மிச்சமிருக்கின்றன. அதனையும் விடுமுறைக்காலம் போல அனுசரிக்க முடிவு செய்வோம் என்றால், நம் பிள்ளைகள் வாழ்வியலின் இன்னொரு அழகான பக்கத்தை பார்க்க முடியாமலே போய்விடும்.

நானும் என்னுடைய பிள்ளைகளும் குடும்பத்தோடு நகரத்தில் செட்டில் ஆகிவிட்டோம். அநேகமாய் என்னுடைய பிள்ளைகள் அமெரிக்காவில் படிக்கக்கூடும்; அங்கேயே செட்டில் ஆகிவிடக்கூடும். எனக்கு கிராமம் எதற்கு? பொங்கல் எதற்கு? என்றொரு கேள்வி நமக்கு வரலாம். ஆனால் உண்மையிலேயே நம்முடைய சொந்த அடையாளங்கள் என்ன என்பதன் ஒரு பகுதியை பெருநகரங்கள் நம்மிடமிருந்து பிடுங்கிவிடுகின்றன. வெளிநாடுகளுக்கு செல்லுகிறபோது மிச்ச அடையாளமும் பிடுங்கப்பட்டுவிடுகிறது. அதனால் என்ன கெடுதல் நடந்துவிடும்? என்று கேட்கலாம். அடிப்படையில் ஆழ்மனதில் நான் யார்? எனக்கான பின்னணி என்ன? என்பது குறித்த பெருமையும் பூரிப்பும்தான் ஒரு மனிதனை எத்தகைய சமூகத்திற்குள்ளும் தலைநிமிர்ந்து நடைபோட வைக்கிறது.

உலகமே ஒரு சிறு கிராமமாக சுருங்கிவிட்ட இந்த காலகட்டத்தில், எல்லோரும் உலகின் பல்வேறு பகுதிகளுக்கு ஏதோ ஒரு காரணமாக அல்லது வேலை நிமித்தமாக சென்று செட்டில் ஆகிற, தங்குகிற வாய்ப்புகள் அதிகரித்திருக்கிற இந்த நூற்றாண்டில்தான் இது போன்ற பண்டிகைகளின் நோக்கத்தை கூடுதல் முக்கியத்துவத்தோடு நாம் அணுக வேண்டியிருக்கிறது. பிள்ளைகளுக்கு மட்டுமல்ல, நமக்குமே கூட நம்முடைய வேர்களோடு தொடர்பில் இருப்பதற்கு இது போன்ற பண்டிகைகள் வாய்ப்பளிக்கின்றன. நாம் மறந்து போயிருக்கக்

கூடிய நம்முடைய மனிதர்கள், நம்முடைய உறவுகள், நம்முடைய பால்ய கால நண்பர்கள் என்று பலரையும் நமக்குத் திரும்பத் தருகிற வாய்ப்புகள் பொங்கலுக்கு உண்டு. இதுபோன்ற சந்தர்ப்பங்களில் நாம் கவனிக்கிறபோதுதான், நமக்கான மனிதர்கள் எவ்வளவுபேர் இருக்கிறார்கள், நமக்கான உறவும் நட்பும் இன்னுமும் பிணைப்போடு இங்கு வாழுகிறது என்பதை உணரமுடிகிறது. அதுதருகிற நம்பிக்கையும் மகிழ்ச்சியும் இன்னமும் நம்மை மகிழ்வோடு, துணிவோடு நடைபோட வைக்கிறது. அப்படியான உளப்பூர்வமான ஓர் அனுபவத்தைப் பெறுவதற்கு குறைந்தபட்சம் இந்தப் பண்டிகைகளைப் பயன்படுத்திக் கொள்ளுகிற புத்திசாலித்தனம் நமக்கு வேண்டும்.

பொங்கல் வெறும் பண்டிகையல்ல. நம்முடைய பிள்ளைகளுக்கும் நமக்கும், நம்முடைய அடையாளத்தையும் நம்முடைய பண்பாட்டுக் கூறுகளின் அழகையும், சொல்லித் தருகிற ஒரு பாடம்.

18. வாசிப்பின் காலமிது!

நம்முடைய சமூகமும், வீடுகளும், ஏன் பள்ளிக்கூடங்கள், கல்லூரிகளும் கூட 'சிலபஸ்' பாடங்களைத் தாண்டிய புத்தகங்களையும், படைப்புகளையும் நம்முடைய பிள்ளைகளுக்கு அறிமுகப்படுத்துவதில், பெரிய முயற்சி எதுவும் செய்வதில்லை.

நிறைய புத்தகங்கள் வாசிக்கிற, நல்ல புத்தகங்களைத் தேடித் தேடிப் படிக்கிற நிறையபேர் உண்டு. அப்படிப்பட்டவர்களில் ஒருவரை சமீபத்தில் சந்திப்பதற்கான வாய்ப்பு கிட்டியது. நிறைய விஷயங்களைப் பகிர்ந்துகொண்ட அவர், இப்போது புத்தகம் படிப்பது, தகவல்களைத் தெரிந்துகொள்ள முனைப்பு காட்டுவது போன்றவை அவ்வளவு திருப்திகரமாக இல்லை என்று வருந்தினார். எனக்கும் என்னுடன் வந்திருந்த என் நண்பருக்கும் அவருடைய கருத்தில் உடன்பாடு இல்லை. என் நண்பன் அந்தப் பெரியவரிடம் மெதுவாகப் பேச ஆரம்பித்தான். சார், நான் சொல்றேன்னு தப்பா நினைக்காதீங்க. இப்பல்லாம் வருஷம் முழுக்க ஏதாவது ஒரு இடத்துல புத்தகக் காட்சி நடந்துகிட்டேதான் இருக்கு. ஆட்கள் வந்துகிட்டேதான் இருக்காங்க. உங்க காலம் மாதிரி இப்ப இல்ல... யாரு வேணாலும், என்ன புத்தகத்தை வேண்டுமானாலும் எளிதில் வாங்கிக்கொள்கிற வசதி இப்ப அதிகம். வருஷா வருஷம் படிக்கிறவங்க எண்ணிக்கை கூடிக்கிட்டேதான் இருக்கு.

நண்பன் சொல்லிக்கொண்டிருக்கும்போதே பெரியவர் ஏதோ சொல்ல முற்பட்டார். அவனோ, தான் சொல்ல வேண்டிய அனைத்தையும் சொல்லிவிடுவதிலேயே குறியாய் இருந்தான். பெரியவர் பொறுமை காத்தார். புத்தகத்தைத் தாண்டி ஆயிரம் வழிகள் இருக்கு. இண்டர்நெட் இருக்கு, இ-புக் இருக்கு, ஆயிரம் புத்தகத்தை தனக்குள்ளே வச்சிருக்கிற கருவிகள் இருக்கு. இவ்வளவு ஏன் சார்... போனிலேயே நமக்கு வேண்டியதை டவுன்லோடு பண்ணி எப்ப வேணும்னாலும் எடுத்துப் படிச்சுக்கலாம். மூச்சிரைக்க சொல்லி முடித்த நண்பனின் முகத்தில் பெரியவரை திருப்திபடுத்திவிட்ட மகிழ்ச்சி தெரிந்தது.

நண்பனின் பேச்சை முழுமையாகக் கேட்ட பெரியவர், பொறுமையாக தன் தரப்பு கருத்தைச் சொல்ல ஆரம்பித்தார். நீங்க சொல்றதெல்லாம் சரிதான். இன்னைக்கு வாசிக்கவும், படிக்கவும் ஆயிரம் வசதிகள், வழிகள் இருக்கு. இவ்வளவு வாய்ப்பு வசதி கூடி இருக்கே. அந்த அளவுக்கு படிக்கிற எண்ணிக்கை அதிகரிச்சு இருக்கா? 7-8 கோடி பேர் இருக்கிற இந்த மாநிலத்துல, அறிவுச் சமூகம்னு சொல்லப்படுகிற இந்த சமூகத்துல இவ்வளவு வாய்ப்பு வசதிகள் வந்த பிறகாவது படிக்கிறவர்களின் எண்ணிக்கை எக்கச்சக்கமாக ஆகியிருக்கணும். அந்த அளவுக்கு ஒண்ணும் நடக்கலையே? பெரியவரின் பேச்சில் ஆற்றாமையும், கோபமும் இருந்ததை உணர முடிந்தது. அப்படியே படிச்சாலும் தேர்வுக்காக மட்டும் படிக்கிறது ஒரு வளர்ச்சியா? புத்தகத்துலயோ இல்ல வேற வழியாகவோ படிக்கிறவங்களோட எண்ணிக்கை கூடியிருக்கலாம். ஆனால் இவ்வளவு இளைஞர்கள் இருக்கிற, இவ்வளவு படிச்சவங்க இருக்கிற நம்ம நாட்டுல இந்த எண்ணிக்கை குறைவுதான் என்று அவர் ஒரு கணக்கு சொன்னார்.

அந்தப் பெரியவரின் பேச்சில், கோபத்தில் ஒரு நியாயம் இருக்கத்தான் செய்தது. படிக்கிற எண்ணிக்கை கூடியிருந்தாலும் இதைப் படிப்பதால் எனக்கு என்ன பலன் கிடைக்கும் என ஒவ்வொன்றையும் யோசிக்கிற, கணக்குப் போடுகிற ஆட்களாக மாறியிருக்கிறது இந்த சமூகம். இந்த விஷயத்தை தெரிந்துகொள்ள வேண்டும் என்ற துடிப்போடும், துள்ளலோடும், ஓடிப்போய் ஒரு புத்தகத்தை வாங்குகிற, இணையத்தில் தேடுகிற நபர்களின் எண்ணிக்கை குறைவுதான். திராவிட வரலாற்றைத் தெரிந்துகொண்டு எனக்கு என்ன ஆகப்போகிறது என்று கணக்குப் போடும் மனம் ஒரு சமூகத்தை, வளர்ச்சியை நோக்கி எப்படி வழி நடத்தும்?

மனப்பாடச் செய்யுள் படித்து, மார்க் எடுத்து பழகிய காரணத்தினாலோ என்னவோ, இதனால் எனக்கு உடனடி பலன் கிடைக்குமா? என்று ஒவ்வொன்றிலும் ஏதாவது ஒரு பலனைத் தேடுகிறோம். நல்ல புத்தகங்களைத் தேர்வு செய்து படிக்க வேண்டும் என்பது சரிதான். ஆனால் ஒரு வியாபாரியைப் போல இதனால் எனக்கு என்ன லாபம் என்று அறிவு விஷயத்தில் கணக்குப் போட்டுக்கொண்டே இருக்க முடியாது. கொஞ்சம் சிரத்தை எடுத்து நேரம் ஒதுக்கி, ஆழ்ந்து அனுபவித்து படிக்க வேண்டிய தேவைகொண்ட புத்தகங்களையோ, படைப்புகளை யோ படிக்கிறவர்களின் எண்ணிக்கை அவ்வளவாக உயரவில்லை. எளிதான, நேரத்தை கடத்துவதற்கான ஒரு கருவி போல ஒரு புத்தகத்தை பாவிக்கும் சமூகமாக நாம் மாறிப்போவோம் என்றால் அது பேராபத்து.

அடிப்படையிலேயே ஓரிடத்தில் அமைதியாக உட்கார்ந்து படிக்கிற பழக்கம் நமக்கு குறைவுதான். அதிக மக்கள்தொகை கொண்ட, பரபரவென்று இயங்குகிற நமது சமூக அமைப்பில் அமைதியாக உட்கார்ந்து, ரசித்துப் படிப்பதற்கான சூழலும் கூட குறைவுதான். மேலை நாடுகளைப் பொறுத்தவரை, குறிப் பாக குளிர் நாடுகளில் கொஞ்சம் கூடுதலாகப் படிக்கிறார்கள். வெளியில் சொல்ல முடியாமல் வீட்டிற்குள்ளேயே முடக்கி விடும் அவர்களின் குளிர், புத்தகம் படிக்கும் பழக்கத்தை அவர் களிடம் அதிகரிக்க வைத்தது என்றும் சொல்லப்படுவதுண்டு. ஆனால் படிப்பதற்கான சூழல்கள் குறைவாக இருந்தாலும், அதற்காக ஒதுக்க வேண்டிய நேரத்தை உடல் உழைப்பிற்கு ஒதுக்கினால் அதன் மூலம் சொற்ப வருமானம் ஈட்டலாம் என்ற நெருக்கடியும், வறுமையும் நிலவிய காலகட்டத்திலும் நம் தமிழ்ச்சமூகம் தேடித் தேடி படித்தது. அந்த உத்வேகத் தோடும் ஆர்வத்தோடும் ஒப்பிடுகிறபோது நம்முடைய இப் போதைய படிக்கிற விகிதாச்சாரத்தின் ஆர்வம் குறைவுதான்.

நம்முடைய சமூகமும், வீடுகளும், ஏன் பள்ளிக்கூடங்கள், கல்லூரிகளும் கூட 'சிலபஸ்' பாடங்களைத் தாண்டிய புத்தகங் களையும், படைப்புகளையும் நம்முடைய பிள்ளை களுக்கு அறிமுகப்படுத்துவதில், பெரிய முயற்சி எதுவும் செய்வதில்லை. அவையெல்லாம் தேவையில்லை என்ற எண்ணம் அல்லது அவற்றைத் தெரிந்துகொண்டு என்ன ஆகப்போகிறது என்ற அலட்சியம் வழி நடத்த வேண்டிய தலைமுறைக்கே ஏற்பட்டுப்போனதுதான் துரதிருஷ்டம்.

வருமானம் குறைவான நடுத்தரக் குடும்பங்கள்

இப்போதைய நிலையை விட அல்லாடிக்கொண்டிருந்த காலகட்டத்தில் கூட வீட்டில் யாரோ ஒருவர் காசு சேர்த்து புத்தகம் வாங்குகிறவராக இருந்தார். சித்தப்பா, மாமா, மூத்த அண்ணன் என்று யாராவது ஒருவர் தீவிர இலக்கிய வாசிப்பு கொண்டவராக இருந்தார். சமூகம் பற்றிப் பேசும் உலகத் தலைவர்களின் புரட்சியை பேசும் ஒரு புத்தகத்தை நிறைய நடுத்தர குடும்பத்து வீடுகளில் பார்க்க முடிந்தது.

இப்போது வசதி, தொழில்நுட்பம், வேண்டிய தகவல் களைப் பெறும் வாய்ப்பு என அனைத்துமே அதிகரித் திருக்கிறது. ஆனால் அதைப் படிக்க வேண்டும், இதைப் படிக்க வேண்டும் என்கிற வேட்கை குறைந்து போயிருக்கிறது. அப்பாக் களும் படிப்பதைக் குறைத்துவிட்டார்கள். டி.வி.யிலோ, கம்யூட்டரிலோ எதையோ செய்துகொண்டிருக்கிறார்கள். பிள்ளைகளின் நேரம் பெரும்பாலும் செல்போன் அப்ளிகேஷன் களிலேயே செலவாகிப் போகிறது. இருக்கிறதைப் படிக்கவே நேரம் போதலை. இதையெல்லாம் எங்கேயிருந்து படிக்கிறது என்று சூழ்நிலைக் கைதிகளாக எல்லாரும் உதடு சுழிக்கிறார்கள்.

காலம் முன்னைப்போல இல்லைதான். ஒரு தீவிரமான, நல்ல புத்தகம் வாசிக்க ஒரு நேரத்தை கஷ்டப்படுத்தி ஒதுக்க வேண்டியிருக்கிறது. அப்பாக்களின் வேலைகள் அலுவலகத் தைத் தாண்டி வீட்டிலும் தொடர்கிறது. அம்மாக்களுக்கு, ஹோம் ஒர்க் சொல்லிக் கொடுக்கவே நேரம் சரியாக இருக் கிறது. பிள்ளைகளுக்கோ பாடச் சுமையும் பணிச்சுமையும் அதிகம். ஆசிரியர்களுக்கு சிலபஸ் முடிக்க வேண்டிய சிக்கல். அட போங்கப்பா இந்த லட்சணத்துல எங்கே தீவிர இலக்கியம், சமூக சிந்தனை, உலகப் பார்வை, அறிவியல் என ஒவ்வொன்றையும் தேடித் தேடி படிப்பது?

உண்மையில் இப்போதுதான் நமது பிள்ளைகளும், நாமும் நிறைய படிக்க வேண்டும். இதைவிட மோசமான, வேறு மாதிரி யான நெருக்கடிகள் அதிகமாக இருந்த காலகட்டத்தில் புத்தகங் களும், படைப்புகளும் ஏற்படுத்திய தாக்கம்தான் இந்த சமூகத் தில் பல மாற்றங்களை கொண்டுவந்தது. இப்போது நமது சமூ கம் வேறு மாதிரியான நெருக்கடியில் சிக்கியிருக்கிறது. அறிவைத் தேடித் தேடி பெறவேண்டிய நேரம் இதுதான். சப்பை கட்டு கட்டாமல் இந்த சமூகத்தை நமது தலைமுறை படித்துதான் ஆக வேண்டும். தேர்வுக்காகவும் தேவைக்காகவும் மட்டும் படிக்கும் பழக்கத்தை மாற்றி, தேடலோடு படிக்க முனைகிற தலைமுறைய உருவாக்க வேண்டிய பொறுப்பு எல்லாருக்கும் இருக்கிறது.

19

தட்டவேண்டிய இடத்தில் தட்டுங்கள்!

தன் திறனுக்கேற்ற பலன் கிடைக்கவில்லை என்று புலம்பும்போது அதை ஆமோதிக்கிற, ஆறுதல் மட்டும் சொல்லுகிற நட்பு வட்டாரத்தோடு மட்டுமே பழக்கம் வைத்திருப்பது சில திறமைசாலிகளின் பலவீனம்.

சமீபத்தில் ஒரு கதை படித்தேன். குட்டிக்கதைதான். ஆனால் யோசிக்க வைத்த கதை. ஒரு பெரிய கப்பல் இன்ஜின் கோளாறால் இயங்க முடியாமல் நின்றுவிட்டது. கப்பலில் வேலை பார்த்த மெக்கானிக்குகள் எவ்வளவோ முயற்சி செய் தும் அந்த பிரச்சினையை சரி செய்ய முடியவில்லை. கப்பலின் இரண்டு முதலாளிகளும் என்ன செய்வதென்று தெரியாமல் குழம்பிப் போய் இருந்தபோது அவர்களின் நண்பர் அதே ஊரில் இருக்கும் வயதான மெக்கானிக் ஒருவரை அழைத்து வந்தார். அவர் சிறுவயதில் இருந்தே கப்பல் என்ஜின் தொடர்பாக பழுதுகளை சரிசெய்வதில் வல்லவர் என்று பெயரெடுத்தவர்.

அந்த வயதான மெக்கானிக் இன்ஜினை நன்கு ஆராய்ந்தார். இரண்டு முதலாளிகளும் அவர் என்ன செய்யப் போகிறார் என்ற ஆர்வத்தோடு காத்திருந்தார்கள். என்ஜினை நன்கு

ஆராய்ந்தபிறகு அந்த மெக்கானிக் தன்னுடைய கருவிகள் வைக்கும் பையில் இருந்து ஒரு சிறிய சுத்தியலை எடுத்தார். இன்ஜினின் ஒரு குறிப்பிட்ட இடத்தில் நாசூக்காக தட்டினார். வலமிருந்து இடமாக ஒரு முறை மெதுவாகத் தட்டிவிட்டு சுத்தியலை மீண்டும் பைக்குள் வைத்தார். இப்போது என்ஜினை இயக்கியவுடன் அது உயிர் பெற்று

ஓடத்துவங்கியது.

முதலாளிகள் இருவருக்கும் ஒரே சந்தோஷம். மெக்கானிக் அவர்களிடம் நன்றி சொல்லிவிட்டு விடைபெற்றார். ஒரு வாரம் கழித்து மெக்கானிக் அந்த முதலாளிகளுக்கு பில் அனுப்பினார். அதில் என்ஜின் ரிப்பேர் செய்ததற்கு 10,000 ரூபாய் என குறிப்பிடப்பட்டு இருந்தது. பில்லைப் பார்த்த முதலாளிகள் ''என்னப்பா இது அந்த ஆளு சுத்தியலை வச்சு 2 தட்டுதான் தட்டினான். அதுக்கு 10,000 ரூபாயா? விரிவான பில் அனுப்பச் சொல்லுங்கள்'' என்றனர். மெக்கானிக் இரண்டு நாள் கழித்து பில் அனுப்பினார். அதில் 'சுத்தியலால் தட்டியதற்கு 2 ரூபாய், எங்கு தட்ட வேண்டும் என்று கண்டுபிடித்ததற்கு 9,998 ரூபாய்' என்று குறிப்பிட்டிருந்தது. முதலாளிகள் வாயடைத்துப் போனார்கள். ஒன்றும் பேசாமல் மெக்கானிக்கிற்கு 10,000-க்கான காசோலையை அனுப்பி வைத்தார்கள்.

இந்தக் கதை ஓர் அழகான விஷயத்தை நமக்கு சொல்கிறது. முயற்சி என்பதும் உழைப்பு என்பதும் அவசியம். ஆனால் வாழ்வில் எந்த இடத்தில் அந்தத் திறனை

பயன்படுத்துகிறோம் என்பதைப் பொறுத்தே சாதகமான விளைவுகளை நாம் பெறுகிறோம். நம்மில் பலருக்கும் நிறைய திறமைகள் இருக்கின்றன. ஆனால் அதற்கேற்ற முன்னேற்றம் இல்லை என்ற கவலையும் புலம்பலும் இருக்கிறது. நாம் நம்முடைய திறனை சரியான இடத்தில்தான் செலவு செய்து கொண்டு இருக்கிறோமா என்ற புரிதல் இருக்கும் பட்சத்தில் அதற்குரிய நியாயமான பலன்களைப் பெறமுடியும்.

திறமையோடு இருத்தல் என்பது ஒரு தகுதி என்றால் அதை சரியான இடத்தில் பயன்படுத்தத் தெரிந்து வைத்திருக்கிறோமா என்பது இன்னொரு முக்கியத் தகுதி. அதை உணர்ந்து செயல்படுகிறபோது, 'என் திறமையை யாரும் புரிந்து கொள்ளவில்லை அல்லது என் உழைப்பும், அறிவும் அங்கீகரிக்கப்படவில்லை' என்ற கவலை வராது. என் நண்பர் ஒருவர் பொருளாதாரப் பேராசிரியர். பொருளாதாரம் தொடர்பான ஒரு கருத்தரங்கில் அவர் பேசியபோது கூறிய புள்ளிவிவரங்கள், பொருளாதாரக் கூறுகள் சார்ந்த உலகளாவிய பார்வை, நவீன பொருளாதாரக் கொள்கையின் சாதக பாதகங்கள் போன்றவை குறித்து அவர் சொன்ன விஷயங்கள் ஆச்சர்யப்பட வைத்தன.

அதே பொருளாதாரப் பேராசிரியர் இன்னொரு இடத்தில் பேசினார். நடுத்தர குடும்பத்தைச் சேர்ந்தவர்கள் கலந்து கொண்ட நிகழ்வு அது. அவர் பேசும்போது குடும்பப் பொருளாதாரத்தை எப்படி மேம்படச் செய்ய வேண்டும், சேமிப்புப் பழக்கம் எவ்வளவு முக்கியம் என்பது குறித்து தகவல்களைச் சொன்னார். பொருளாதாரக் கூறுகள் பற்றிய நுணுக்கமான விஷயங்களை அவர் பேசாமல் போனது எனக்கு ஏமாற்றமாக இருந்தது. "என்ன சார் அன்னைக்கு சூப்பரா பேசினீங்க. இன்னைக்கு பெருசா ஒரு தகவலும் சொல்லலையே" என்றேன். அவர் சிரித்துக் கொண்டே "அன்றைக்கு நடந்த கூட்டத்தில் பொருளாதார மாணவர்கள், வல்லுநர்கள் கலந்துகொண்டார்கள். அவர்களுக்கு என்ன தேவையோ பேசினேன். இன்றைக்கு கலந்து கொண்டவர்களின் தன்மை வேறு, அதனால் அவர்களுக்கு தேவைப்படும் விஷயங்களைப் பேசினேன்" என்றார்.

அந்தப் பேராசிரியருக்கு தன் திறனை, அறிவை எந்த இடத்தில் எப்படிப் பயன்படுத்த வேண்டும் என்ற புரிதல் இருந்தது. பொருளாதார மாநாட்டில் அவர் பேசியதை இங்கு

பேசியிருந்தால் அது எடுபட்டு இருக்காது. பல நேரங்களில் திறமைசாலிகள் தங்கள் தரத்துக்கு மற்றவர்களும் இருக்க வேண்டும் என்று எதிர்பார்க்கிறார்கள். இந்த உலகம் அப்படி இருப்பதில்லை. அதனால் அவர்களின் திறன் அந்த குறிப்பிட்ட இடத்தில் அங்கீகரிக்கப்படுவது இல்லை. இந்த யதார்த்தத்தை உணர முடியாத பட்சத்தில் நம் திறனை அங்கீகரிக்காதவர்கள் மீது கோபம்தான் வரும். ஏமாற்றம்தான் மிஞ்சும்.

திறமையும் ஆற்றலும் இருந்தும் சிலர் அதற்குரிய பலன்களைப் பெற முடியாமல் போவதற்கு ஐந்து முக்கியமான காரணங்களைச் சொல்லலாம்.

1. பல திறமைசாலிகள், அடுத்தவர்கள் தாங்களாகவே முன்வந்து அவர்களின் திறனை அங்கீகரிக்க வேண்டும் என்று எதிர்பார்க்கிறார்கள். அப்படி இல்லாமல் வாய்ப்பு கிடைக்கும்போது அதை சரியாகப் பயன்படுத்தி சம்பந்தப் பட்டவர்களுக்கு அதை தெரியப்படுத்தும் முயற்சிகளையும் எடுக்கும் பட்சத்தில் அதற்கான பலனைப் பெறமுடியும்.

2. நிறைய திறமை இருந்தும், ரிஸ்க் எடுக்கும் துணிச்சல் இல்லாத காரணத்தால் திறனுக்குரிய பலனைப் பெற முடியாமல் போகிறது. ரிஸ்க் எடுக்கும் மனோபாவத்தை வளர்த்துக் கொள்ள முடியாததால் தங்களுக்கு கிடைக்கும் புதிய வாய்ப்புகளை தெரிந்தே தவறவிட்டு விடுகிறார்கள்.

3. தன் திறனுக்கேற்ற பலன் கிடைக்கவில்லை என்று புலம்பும்போது அதை ஆமோதிக்கிற, ஆறுதல் மட்டும் சொல்லுகிற நட்பு வட்டாரத்தோடு மட்டுமே பழக்கம் வைத்திருப்பது சில திறமைசாலிகளின் பலவீனம். திறமை இருந்தால் மட்டும் போதுமா, உன்னிடம் இந்தந்த குறைகள் இருக்கின்றன என்று வெளிப்படையாகச் சுட்டிக் காட்டுகிற மனிதர்களின் தொடர்புகளை துண்டித்துக் கொள்ளாமல் இருப்பதுதான் நல்லது.

4. தன்னை விட திறமை இல்லாதவர்களுக்கு வாய்ப்பு கொடுக்கப்பட்டு விட்டதே என்ற கோபத்திலும், வருத்தத்திலும் தன்னைத் தனிமைப்படுத்திக் கொண்டு ஒதுங்கிக் கொள்வது சில திறமைசாலிகளின் பலவீனம். இதனால் உங்களுக்குத்தான் நஷ்டம். சரி அடுத்தமுறை கிடைக்கும் வாய்ப்பை இன்னமும் சரியாகப் பயன்படுத்துவோம் என்ற முனைப்போடு இயங்கும் பட்சத்தில் திறமைக்குரிய பலனை விரைவில் அடைய முடியும்.

5. சில திறமைசாலிகள், தங்கள் ஆற்றல் மீது கொண்ட

அதீத நம்பிக்கையால் அடுத்தவர்களின் கருத்துக்கு காது கொடுக்காத, அடம்பிடிக்கிற மனிதர்களாக இருப்பது அவர்களின் பலவீனமாக இருக்கிறது. திறமைசாலி என்று அங்கீகரிக்கப்பட்டபோதும் ‘இவரிடம் இந்தப் பணியை கொடுத்தால் அவரோடு ஒத்துப்போக முடியாது’ என்பதற் காகவே அவருக்கு கொடுக்கப்பட வேண்டிய வாய்ப்புகள் மறைமுகமாக தடுக்கப்படுகின்றன.

இன்றைய காலகட்டத்தில் திறமைசாலியாக மட்டும் இருப்பது போதுமானது அன்று. அதை வெளிப்படுத்தி தன்னை நிரூபிப்பதற்கு தேவைப்படும் புரிதல், அறிவு, பொறுமை, துணிச்சல் ஆகிய பல குணங்கள் அவசியமாகிறது. இது அத்தனையும் சரியான விதத்தில் சேருகிறபோதுதான் திறமைக்குரிய பலனை அடைய முடியும்.

எந்த இடத்தில் தட்ட வேண்டுமோ சரியாகத் தட்டுங்கள். அதற்கான காரணத்தை தெளிவாக அழகாகச் சொல் லுங்கள். திறமைக்குரிய பலனைப் பெறுங்கள். இந்த உலகம் உங்களைப் புரிந்து கொள்ளவில்லை என்று ஒதுங்கிக் கொள்ளாதீர்கள். அது நீங்களே உங்கள் திறமைக்குச் செய்கின்ற துரோகம் ஆகும்.

20
கவலைப்படுங்கள் கவலையில்லை!

'நம் வாழ்வில் நடக்கும் எல்லா விஷயங்களுக்கும் ஏதோ ஒரு காரணம் உண்டு'! என்று நம்புங்கள். அப்படி நம்புவதன் மூலம் எந்த மாதிரியான கவலைகளையும் சாதாரணமாகப் பார்க்கிற வாய்ப்பு கிடைக்கலாம்.

ஒரு நிகழ்ச்சியில் ஒரு நகைச்சுவையாளர் வயிறு வலிக்க சிரிக்கக்கூடிய ஒரு நகைச்சுவையை சொன்னார். அதைக் கேட்டவுடன் அரங்கமே சிரிப்பலைகளால் அதிர்ந்தது. அனை வரும் ஆரவாரத்துடன் கைதட்டி அந்த ஜோக்கை ரசித்தனர். சிலர் எழுந்து நின்று கைதட்டி ரசித்தனர். இப்போது அந்த நகைச்சுவையாளர் மீண்டும் அதே ஜோக்கை சொன்னார். கூட்டத்தில் இருந்தவர்களில் பாதிப்பேர் மீண்டும் சிரித்தனர். ஏனையோர் சிரிக்கவில்லை கைதட்டவும் இல்லை. நகைச் சுவையாளர் மீண்டும் அதே ஜோக்கை சொன்னார். கூட்டத்தில் இருந்தவர்களில் பாதிப்பேர் மீண்டும் சிரித்தனர். ஏனையோர் சிரிக்கவில்லை; கைதட்டவும் இல்லை. நகைச்சுவையாளர் மீண்டும் அந்த நகைச்சுவையை சொன்னார். யாரும் சிரிக்கவில்லை. மாறாக 'என்ன இந்த ஆளு அதே ஜோக்கை திரும்பத் திரும்ப சொல்லுறான்... எப்படி சிரிப்பு வரும்' என்று முணுமுணுக்க ஆரம்பித்தனர்.

கோபிநாத்

அரங்கம் அமைதியானவுடன் அந்த நகைச்சுவையாளர் சொன்னார்... "உங்களால் ஒரே ஜோக்கிற்கு திரும்பத் திரும்ப சிரிக்க முடியாதபோது ஏன் ஒரே கவலைக்காக மீண்டும் மீண்டும் அழுகிறீர்கள்" என்று. அரங்கமே நிசப்தமானது. அந்த நகைச்சுவையாளரின் கேள்வி நம் அனைவருக்குமான கேள்வி. நமக்கு எவ்வளவோ பிடித்த மகிழ்ச்சியான விஷயமாக இருந்தாலும் அதற்காக சிரித்துக் கொண்டோ, மகிழ்ந்து கொண்டோ இருப்பது இல்லை. அடுத்த வேலைக்கு கிளம்பிச் சென்று விடுகிறோம். பிறகு ஏன் கவலையான விஷயத்தை மட்டும் திரும்பத் திரும்ப நினைத்து கவலைப்பட்டுக் கொண்டே இருக்கிறோம்.

யதார்த்தத்தில் பார்க்கும்போது கவலைகளுக்குத்தான் நம்மை துன்புறுத்தும் சக்தி அதிகமாக இருக்கிறது. அதை மறக்க எவ்வளவோ மாற்று வழிகளைத் தேடினாலும் மனதின் ஏதோ ஓர் ஓரத்தில் அது நிரந்தரமாய் குடிகொண்டு விடுகிறது. எண்ணிக்கை அடிப்படையில் பார்த்தால் மகிழ்ச்சியான தருணங்களை மீண்டும் மீண்டும் நினைத்துப் பார்த்து சிரித்துக் கொள்கிறவர்களை விட கவலைகளை அசைபோட்டு துயரப்பட்டுக் கொள்ளுகிறவர்கள்தான் அதிகம். கவலையைத் தூக்கி தூர போட்டுட்டு வேலையை பாருப்பா என்று சாதாரணமாக சமாதானம் சொல்லுகிறவர்கள் கூட தங்களுக்கு ஒரு கவலை வரும்போது அதை தூக்கி எறிந்துவிட்டுப் போவது எளிதாக இருப்பதில்லை.

கவலைகளை அசைபோடுவதில் ஒரு துயரமான சுகமும் இருக்கிறது. தன் மீது பச்சாதாபத்தையும், பரிவையும் அது ஏற்படுத்துகிறது. இந்த தற்காலிக துயரச் சுகத்துக்கு பழகிப் போகிறவர்கள் அதனை ஒரு பழக்கமாக மாற்றிக் கொள்ளுகிறார்கள். அதனால் அந்த கவலையில் இருந்து வெளியே வருவதற்கு எடுக்கப்பட வேண்டிய முயற்சிகள் தானாகவே குறைந்து விடுகின்றன. அப்படியானால் கவலைப்பட்டுக் கொண்டே இருப்பதைத் தவிர வேறு வழியில்லையா?

கவலைகளில் இருந்து வெளியே வர பல்வேறு விதமான புற உதவிகளை நாடுகிறோம். அவை தற்காலிகத் தீர்வுகளைத் தருகின்றன. ஆனால் உள்ளார்ந்த பக்குவத்தை உருவாக்கிக் கொள்ளாத வரை உப்புச் சப்பில்லாத விஷயங்களைக் கூட நம் கற்பனைகளால் பெரிதாக்கி அழுதுகொண்டே இருக்கும் நம் குணம் மாறப் போவதில்லை.

கவலைகள் என்பவை வாழ்வின் ஒரு பகுதி, மகிழ்ச்சியைப் போல அவை வரும், போகும் என்ற மனநிலையை தொடர்ந்து பழகுவதன் மூலமே கவலைகளை ஏற்றுக் கொள்கிற, அதனை சாதாரணமாக அணுகுகிற மனத்திண்மையைப் பெற முடியும். இன்னொன்று பல நேரங்களில் எனக்கு மட்டும்தான் இப்படி கவலைகளும் பிரச்சினைகளும் வந்து கொண்டே இருக்கின்றன என்ற நினைப்பு கூட கவலைகளால் நாம் அதிகம் துவண்டு போவதற்கு முக்கிய காரணமாக அமைந்து விடுகிறது. மகிழ்ச்சி நிலையற்றது என்று நம்புகிற நாம் கவலையும் நிலையற்றது என்று நம்பித்தான் ஆக வேண்டும். கவலைகளே இல்லாத ஒரு வாழ்க்கையை வடிவமைத்துக் கொள்ள முயற்சிக்கிற பிரயத்தனம்தான் நாம் அதிகம் கவலைப்பட வேண்டிய சூழ்நிலைக்கு ஆளாவதற்கான இன்னொரு காரணம். எல்லாருக்கும் கவலைகள் இருக்கின்றன. அது வாழ்வின் ஒரு பகுதி. அதை அசைபோட்டுக் கொண்டு இருப்பதால் அவை தீர்ந்து விடப் போவது இல்லை, மாறாக மன இறுக்கம் அதிகம் ஆகும்.

'நம் வாழ்வில் நடக்கும் எல்லா விஷயங்களுக்கும் ஏதோ ஒரு காரணம் உண்டு' என்று நம்புங்கள். அப்படி நம்புவதன் மூலம் எந்த மாதிரியான கவலைகளையும் சாதாரணமாகப் பார்க்கிற வாய்ப்பு கிடைக்கலாம். உங்களுக்கு மகிழ்ச்சியான ஒரு சம்பவம் நடப்பதற்கும், கவலைக்குரிய அனுபவம் கிடைப்பதற்கும் ஏதோ ஒரு காரணம் இருக்கிறது -அது பிரச்சினையாகத்தான் இருக்க வேண்டும் என்ற அவசியமில்லை. நமக்கு ஆசைப்பட்ட ஒன்று கிடைக்கவில்லை என்பதற்காக அது பற்றியே கவலைப்பட்டுக் கொண்டு, அழுது ஆற்றிக் கொண்டு திரிகிறோம். ஆனால் அது கிடைக்காமல் போனதற்கு ஏதோ ஒரு காரணம் இருக்கிறது. நீங்கள் ஆசைப்பட்டதை விட இன்னும் அதிகமாக, சிறப்பானதாக இன்னொன்று உங்களுக்கு கிடைக்க வேண்டி இருக்கலாம். அதற்காக நீங்கள் ஆசைப்பட்டது நடக்காமல் போயிருக்கலாம். நீங்கள் கவலைப்படுவதால், நீங்கள் நினைத்தது உங்களுக்கு மீண்டும் கிடைக்குமா என்பது தெரியாது. ஆனால் ஏதோ ஒரு நல்ல காரியத்திற்காகத்தான் அது நமக்கு கிடைக்காமல் போயிருக்கிறது என்று நம்புவதன் மூலம் உங்களுக்கு கிடைக்கும் மன அமைதி நீங்கள் ஆசைப்பட்டதை அடைவதற்கான நியாயமான வழியை உருவாக்கித் தரக்கூடும். என் உறவுக்காரர் ஒருவர் ஒரு குறிப்பிட்ட நிறுவனத்தில்,

பணியில் சேருவதற்காக கடுமையாக தன்னை தயாரித்துக் கொண்டார். அந்த நிறுவனத்தில் சேருவதற்கான எல்லாத் தகுதிகளும் அவருக்கு இருந்தது. ஆனால் கடைசி நேரத்தில் சிபாரிசின் காரணமாக அந்த வேலை இன்னொருவருக்குப் போய்விட்டது. உறவுக்காரரர் மிகவும் மனமுடைந்து போனார். எவ்வளவோ பேர் எடுத்துச் சொல்லியும் அவரால் அந்தக் கவலையில் இருந்து வெளியே வரமுடியவில்லை. அவருடைய தந்தை கடைசியில் அவரிடம் உறுதியாக ஒன்றைச் சொன்னார். "இது உனக்கு கிடைக்கவில்லை என்றால் ஏதோ ஒரு சிறப்பான இன்னொரு வாய்ப்பு உனக்காக காத்திருக்கிறது என்பதை உணர்ந்து கொள்" என்றார்.

தன்னை ஓரளவு சமாதானம் செய்து கொண்ட நபர், தன் நண்பர்களுடன் சேர்ந்து சிறிய மென்பொருள் நிறுவனத்தைத் தொடங்கினார். மூன்றே ஆண்டுகளில் நல்ல வளர்ச்சி கண்டார். அவரிடம் இன்றைக்கு 60 பேர் பணியில் இருக்கிறார்கள். அவர், தான் நினைத்த நிறுவனத்துக்கு வேலைக்கு சென்றிருந்தால் அவருக்கு என்ன சம்பளம் கிடைக்குமோ அதை அவர் தன்னுடைய மூத்த பணியாளருக்கு வழங்கிக்கொண்டிருக்கிறார். இப்போது அந்த வேலை கிடைக்காததைப் பற்றி பேசும்போது, 'நல்லவேளையாக எனக்கு அந்த வேலை கிடைக்கவில்லை' என்று சிரிக்கிறார்.

கவலைகளை அசைபோட்டு முடங்கிக் கிடப்பதால் எந்தப் பயனும் இல்லை என்பதை உங்களுக்கு நீங்களே சொல்லி க்கொள்ளுங்கள். அடுத்தவரிடம் இருந்து ஆறுதலைத் தேடாமல் உங்களை நீங்களே வழிநடத்துங்கள். நீங்கள் எதற்காக வருந்துகிறீர்களோ அதைவிட சிறப்பான ஒன்று உங்களுக்காக காத்திருக்கிறது என்று நேர்மறையாக யோசித்துப் பழகுங்கள்.

இன்னொரு முக்கியமான சேதி. இந்த உலகத்தில் எல்லாருக்கும் கவலை உண்டு. அதைக் கடந்து வருகிறவர்கள் ஜெயிக்கிறார்கள். உலகத்தையே சிரிக்க வைத்த சார்லி சாப்ளின் பல்வேறு கவலைகளால் ஆட்பட்டிருந்தார். அவை தற்காலி கமானவை என்று அவர் நம்பியதால்தான் உலகத்தையே அவரால் மகிழ்ச்சிப்படுத்த முடிந்தது.

நம்புங்கள்... இனி வாழ்வில் வசந்தம் என்று தீர்மானமாய் நம்புங்கள். கவலைகள் வாழ்வின் ஒரு பகுதிதான்... கவலைப் படாதீர்கள்.

21

யார் விட்டுக்கொடுப்பது?

ஆணினுடைய எதேச்சதிகாரப் போக்கை, பொறுப்பில்லாத் தனத்தை கொஞ்சம் கண்டுகொள்ளாமல் விட்டுவிடுவதற்குப் பெயர்தான் விட்டுக்கொடுத்தல் என்ற மறைமுகப் போர்வையிலேயே இது பலநேரம் பயிற்றுவிக்கப்படுகிறது.

"**வி**ட்டுக்கொடுத்தலின் மூலமே குடும்ப வாழ்க்கையை வெற்றிகரமாக நடத்தமுடியும்''. நீண்டகாலமாக சொல்லப் படக்கூடிய, குடும்ப அன்பைப் பேணுவது குறித்த ஒரு முக்கிய மான கருத்தாக்கம் இது. ஆனால் யார் விட்டுக் கொடுப்பது? விட்டுக் கொடுத்தல் என்ற வார்த்தையை சொல்லுகிறபோது மறைமுகமாக அது பெண்ணாக இருக்கவேண்டும் என்கிற மனநிலையோடுதான் சொல்லப்படுகிறது. இன்னொரு பக்கம், எப்படி ஒரு மனிதரால் எல்லாவற்றையும் விட்டுக் கொடுத்துவிட முடியும்? எவற்றையெல்லாம் விட்டுக் கொடுக்கலாம்?, எவற்றில் பிடிவாதமாக இருக்கவேண்டும்? எந்தெந்த விஷயத்தில் விட்டுக் கொடுப்பது குடும்ப அன்பைப் பேணிகாக்கும்? எந்தெந்த இடத்தில் விட்டுக்கொடுக்க மறுப்பது குடும்பத்திற்கு நல்லதாக இருக்கும்? என்பது குறித்து ஒரு நீண்ட விவாதமோ அல்லது விளக்கங்களோ நமக்குள் பேசப்படுவது கிடையாது.

ஓர் ஆண் தன்னுடைய குடும்பத்திற்கு தேவையில்லாத, சமூக நலனுக்கு விரோதமான ஒரு விஷயத்தை செய்து கொண்டிருக்கிறார் என்றால் பரவாயில்லை அவரது

சந்தோசம்தான் முக்கியம் என்கிற ரீதியில் ஒரு பெண் அதை விட்டுக்கொடுத்து விடலாமா? எதில் விட்டுக் கொடுக்க வேண்டும்? எதில் விடாப்பிடியாக இருக்கவேண்டும் என்பதே இங்கு ரொம்பவும் முக்கியமானது. அது பரஸ்பரம் இரு தரப்பிலும் நடக்கவேண்டிய ஒரு காரியம். எதார்த்தமாக சொல்லப்போனால், ஆணினுடைய எதேச்சாதிகாரப் போக்கை, பொறுப்பில்லாத் தனத்தை கொஞ்சம் கண்டுகொள்ளாமல் விட்டுவிடுவதற்குப் பெயர்தான் விட்டுக்கொடுத்தல் என்ற மறைமுகப் போர்வையிலேயே இது பலநேரம் பயிற்றுவிக்கப் படுகிறது. அதனால்தான் சிறு வயதிலிருந்து பெண்ணிடம் விட்டுக் கொடுத்துப் போகவேண்டும், அனுசரித்துப் போகவேண்டும் என்று சொல்லி வளர்க்கப்படுவது போல ஆண் பிள்ளைகளிடம் விட்டுக் கொடுத்துப் போகவேண்டும் என்ற வார்த்தையை அடிக்கடி நாம் சொல்லுவதில்லை.

ஒரு குடும்பத்தை சேர்ந்து நடத்தக் கூடிய ஆண்-பெண் இருவருக்குமே குடும்ப வாழ்க்கையினுடைய நீக்குபோக்கு களைப் புரிந்துகொள்ளும் பொறுமை, பிரச்சினைகளைக் கையாள்வதற்கான அறிவு ஆகியவற்றை தெளிவாக சொல்லித் தரவேண்டிய இடத்தில் நாம் இருக்கிறோம். கூட்டுக் குடும்ப அமைப்புகள் மாறி எல்லோரும் தனிக்குடித்தன அமைப்புக்குள் வந்துவிட்ட நிலையில் எதிர்காலத்தில் நம்முடைய பிள்ளைகள் பிரச்சினைகளின்றி, குடும்ப வாழ்க்கையில் பிணக்குகளின்றி வாழ்வதற்கு, பெண்ணுக்கு மட்டுமல்ல ஆணுக்கும் குடும்ப வாழ்வினுடைய எதார்த்தங்கள் பற்றிச் சொல்லித் தரவேண்டியிருக்கிறது. ஆனால் இவ்வளவு வளர்ந்தும்கூட பெண்ணை பயமுறுத்தியே வளர்க்கிறோம், ஆணை 'பரவாயில்லை பார்த்துக் கொள்ளலாம்' என்று சொல்லி வளர்க்க ஆரம்பிக்கிறோம். எல்லாக் குடும்பங்களிலும் இது நடக்கவில்லை என்றாலும்கூட, முழுமையான மாற்றம் வந்துவிட்டது என்று சொல்லமுடியவில்லை.

பெண்கள் தத்தமது துறையில் பெரிய அளவுக்கு வளர்ந்துவிட்டாலும், தங்களது தனித்திறமைகளின் மூலம் அவர்களின் ஆற்றலை வெளிப்படுத்தி பலமுறை தொடர்ந்து நிரூபித்துக்கொண்டிருந்தாலும், 'நீ ஒரு ஆணைச் சார்ந்து வாழ்பவள்' என்ற எண்ணத்தை மறைமுகமாக அவள் மனதில் பதியவைத்துக் கொண்டேயிருக்கிறது இந்தச் சமூகம். அப்படி ஒரு நிலைமை இருக்கிற காரணத்தினால்தான் விட்டுக்கொடுத் துப் போதல் என்பது என்னுடைய பங்கு, என்னுடைய பகுதி

என்று பெண் தன் மனதுக்குள் நம்ப ஆரம்பிக்கிறாள். பெண்களுக்கு வழங்கப்பட்டுக் கொண்டிருக்கும் கல்வியும், அவர்களுடைய அறிவும் இந்த மனோபாவத்தை கொஞ்சம் அவர்களிடமிருந்து விலக்கி வைத்திருக்கிறது என்பது உண்மை. ஆனாலும் அந்த மாற்றுச் சிந்தனை இன்னமும் வலுப்பெறவேண்டிய அவசியம் இருக்கிறது. இந்த சமூகம் சில

முரணான பொய்களைத் தொடர்ந்து உண்மை யென்று நம்பவைத்துக் கொண்டிருக்கிறது. பெண் என்பவள் சார்ந்து வாழு கிறவள், ஆண் என்பவன் தனியாக, சுதந்திரமாக, அதிகாரம் கொண்டவனாக இருக்கிறவன் என்று தொ டர்ந்து சொல்லப்படுகிறது. இயல்பில் பார்த்தால் ஆண்தான் சார்புத்தன்மை அதிகம் கொண்டவனாக இருக்கிறான்.

பிறந்து ஒரு குறிப் பிட்ட வயதுவரைக்கும் அன்னை என்கிற பெண்ணி னுடைய அன்பில், அவ ளுடைய அனுசரணையில் வளர்கிறான், அதற்குப் பிறகு அக்காள் தங்கை அவர்களின் அன்பும் அனு சரணையும் அவனுக்குக் கிடைக்கிறது. அதற்குப் பிறகு காதலியோ மனைவி யோ அவர்களுடைய வாழ்க்கையில் வந்து ஓர் ஆணைப் பார்த்துக் கொள் கிறார்கள். ஆனால் பெண் கடைசி வரை தன்னுடைய வேலைகளைத் தானே செய்துகொள்கிறவளாக, பல சிக்கல்களில் தானே முடிவெடுக்கக்கூடிய மனநிலை கொண்டவளாக இருக்கிறாள். முரண்பாடுகள் கொண்ட இந்தச் சமூகம், எல்லாவற்றையும் தானே தனித்து நின்று செய்யும் பெண்ணை சார்புத்தன்மை கொண்டவள் என்று சொல்கிறது, எல்லாக் காலகட்டத்திலும் பெண்ணைச் சார்ந்து வாழ்கிற ஆணை தனித்த சுய அதிகாரம்

கொண்ட ஒரு மனிதனாக முன்வைக்கிறது.

ஓர் ஆண் மிகப்பெரிய பலசாலி, எந்தப் பிரச்சினைகளையும் கையாளக்கூடியவன் என்பதுபோன்ற பிரம்மையை பரவலாக ஏற்படுத்துவது அவ்வளவு சரியாக இருக்கமுடியாது. தான் நேசிக்கிற அல்லது அன்பு பாராட்டுகிற ஓர் ஆண் மிகப்பெரிய பலசாலி. மிகப்பெரிய திறமைசாலி என்று உணர்வுவயப்பட்டு நம்பக்கூடிய ஆட்களாக இன்னமும் பல பெண்கள் இருப்பதைப் பார்க்க முடிகிறது. அந்த உணர்வு மகிழ்ச்சிக்குரியது என்றாலும்கூட பலநேரங்களில் பலசாலியான அவர் எடுக்கக்கூடிய முடிவுகளும், செயல்களும் சரியாகவே இருக்கும் என்று உணர்ச்சிவசப்பட்டு இளம்பிராயத்துப் பெண்கள் முடிவெடுக்கிறார்கள். சமீபத்தில் நடந்த ஒரு நிகழ்ச்சியில், இரண்டு பெண்களுக்கிடையே ஒரு பெரும் விவாதம் வந்தது. ஒரு பெண் ''நான் நேசிக்கக்கூடிய தன் காதலன், எங்கு அழைத்தாலும் நான் செல்லுவேன். அங்கு என்ன பிரச்சனை ஏற்பட்டாலும் என்னுடைய காதலன் பார்த்துக்கொள்வார். அது எவ்வளவு தனிமையான இடமாக இருந்தாலும் அதுபற்றி நான் கவலைப்படமாட்டேன்'' என்று சொன்னார். மாறாக இன்னொரு பெண்ணோ ''நான் அவரை நேசிக்கிறேன் என்றாலும்கூட தனிமையான, ஆபத்துகள் நடப்பதற்கு வாய்ப்புகள் இருக்கக்கூடிய ஒரு இடத்திற்கு அவர் என்னை அழைக்கிறபோது நான் அதை சூசகமாக மறுத்துவிடுவேன் அல்லது அப்படியான இடங்களுக்கு செல்வது பாதுகாப்பற்றது என்பதை அவருக்கு புரிய வைப்பேன்'' என்றார்.

மறுமுனையில் இருந்த பெண்ணோ ''அது எப்படி அவரோடு இருக்கும்போது நமக்கு ஆபத்து ஏற்படும்'' என்று உணர்ச்சிவசப்பட்டவராகப் பேசினார். தன்னுடைய காதலனை தான் நேசிப்பது உண்மை என்ற போதிலும், பிரச்சினைகள் இந்த இடத்தில் வரும் என்று தெரிந்தால் அதை அவனுக்கு புரியவைக்க, அந்த உரிமையை நான் எடுத்துக்கொள்வேன் என்று சொன்ன எதிர்தரப்பு பெண்ணின் கருத்தே சரியானது. கல்வி இப்படியான கருத்தை வெளியிடும் சுதந்திரத்தையும் மனப்பக்குவத்தையும் பெண்களுக்குக் கொடுத்திருப்பது பாராட்டுக்குரியது.

இப்போதைய தலைமுறை உண்மையிலேயே பாராட்டும்படியாக நிறைய வளர்ந்திருக்கிறது, ஒரு பெண்ணினுடைய கருத்தைக் கேட்கவேண்டும், அதற்கு செவிமடுக்கவேண்டும்

என்ற பயிற்சி அவனுடைய கல்வி வழியாகவோ அல்லது இருவரும் சேர்ந்து பணி செய்யும் வாய்ப்புகள் அதிகம் கிடைத்ததாலோ ஆணுக்கு கிடைக்கப்பெற்றிருக்கிறது. அதேபோல எப்பொழுதும் அமைதியாகத்தான் இருக்க வேண்டும் என்று சொல்லிக் கொடுக்கப்பட்ட நீண்டகால பழைய நிலையிலிருந்து மாறி ஒரு பெண் தன்னுடைய உரிமைக்காக, தன்னுடைய குரலை உயர்த்திப்பேசத் தயங்காத ஒரு நிலையையும் பார்க்க முடிகிறது.

இப்படியாக அறிவுரீதியாக பகிர்ந்துகொள்கிற, ஒருவர் கருத்தை ஒருவர் மதிக்கிற, நேசிக்கிற ஒரு பண்பாடுதான், ஒரு சமூகத்தின் வளர்ச்சிக்கு உறுதுணையாக இருக்கமுடியும். விட்டுக்கொடுத்தல் என்பது இருதரப்பிலிருந்தும் வரவேண்டும் என்றால், இருதரப்பும் ஒருவரை ஒருவர் பலம் பலகீனம் இரண்டையும் சேர்த்து ரசிக்கிற, மதிக்கிற மனிதர்களாக மாறவேண்டும். அப்படி ஒரு மனநிலையை உருவாக்குவதற்குத் தேவைப்படும் வளர்ப்புமுறையை குழந்தையிலிருந்தே தொடங்கவேண்டிய அவசியம் நமக்கிருக்கிறது.

22

ஏற்போர் ஆம் என்க!

வெளிப்படையாகச் சொல்லப் போனால் ஒரு மனிதரை முழுமையாக புரிந்துகொண்டபின் அவரை ஏற்றுக்கொள்ள முடியாது. காரணம் நாம் எதிர்பார்க்கக்கூடிய, நாம் சரியென்று சொல்லக்கூடிய எல்லா விஷயங்களும் இன்னொருவரிடம் நூறு சதவீதமும் இருக்கும் என்று சொல்லவே முடியாது.

ஐந்தாறு வருடம் காதலித்து, ஊர் உறவு எதுவும் வேண்டாம் என்று மறுத்து, ஓருடல் ஈருயிர் என்றெல்லாம் வசனம் பேசி, ஒருகட்டத்தில் திருமணம் செய்துகொண்டு இணையும் காதல் தம்பதிகள் ஆறாவது மாதத்திலேயே, 'ஏன் என்ன புரிஞ்சுக்க மாட்டேங்குற' என்று பேச ஆரம்பிப்பதனுடைய காரணம் என்ன? ஐந்தாண்டுகள் பேசிப்பேசி ஒருவரை ஒருவர் புரிந்துகொள்ள முயற்சித்து, ஒருவரை ஒருவர் அனுசரிக்க முயற்சித்து, குடும்பம் நடத்துவது எப்படி? என்றெல்லாம் முடிவெடுத்த பிறகு, எல்லோரையும் தாண்டி நம் அன்பே சிறந்தது என்ற முடிவுக்கு வந்து, திருமணம் செய்துகொண்ட இரண்டுபேருக்கு நடுவில்கூட, 'ஏன் என்னை புரிந்துகொள்ள மறுக்கிறாய்? என் உணர்வுகளைப் புரிந்து கொள்ள மறுக்கிறாய்?' என்ற வார்த்தை வருகிறது.

கணவன் மனைவிக்கிடையே மட்டுமல்ல, காதலர்களுக் கிடையே, நண்பர்களுக்கிடையே, உறவுகளுக்கு இடையே,

அண்ணன் தம்பிகளுக்கிடையே, சகோதரிகளுக்கிடையே இப்படி எல்லா மனிதர்களுக்கிடையேயும் இன்னொருவர் என்னைப் புரிந்துகொள்ளவில்லை என்ற ஆதங்கம் இருந்து கொண்டேயிருக்கிறது. இப்படி ஒருவர் புரிந்துகொள்ளாமல் இருப்பதற்கு என்ன காரணமாக இருக்கமுடியும்?. ஒருவரை புரிந்துகொள்வதன் முதல்படி, அவரை ஏற்றுக்கொள்வதுதான். ஒருவருக்கு இருக்கக்கூடிய சுய அடையாளங்களை, அவருடைய ஏற்றத் தாழ்வுகளை, உள்வாங்கி ஏற்றுக்கொள்ள ஆரம்பிக்கும்போதுதான் அவரை புரிந்துகொள்வதற்கான முதல்படியே துவங்குகிறது. ஒருவரை ஏற்றுக் கொள்ளாமல் அவரை புரிந்துகொள்ளுதல் சாத்தியமே இல்லை.

ஆண், பெண் யாராக இருந்தாலும் ஒவ்வொருவருக் கென்றும் ஒரு சுய அடையாளம் இருக்கிறது, சுய விருப்பு வெறுப்புகள் இருக்கிறது. கொள்கை சார்ந்த சிந்தனைகள் இருக்கிறது. நீண்டகால பழக்கவழக்கமென்று ஏதோ ஒன்று இருக்கவே செய்கிறது. ஆனால் ஒருவருடைய சுய அடை யாளத்தைத் தொலைத்துவிட்டு இன்னொருவருக்காக வாழ தலைப்படுகிறபோது சிக்கல் ஆரம்பிக்கிறது. அது ஆணுக்கும் சிரமம் பெண்ணுக்கும் சிரமம். ஒருவரின் ஈகை குணத்தை மனமுவந்து ஏற்றுக்கொண்டால் அன்றி அவருடைய செயல் பாடுகளை இரக்கம் என்ற அளவுகோலில் பார்க்கமுடியாது. ஏற்றுக் கொள்ளாமல் அவரைப் புரிந்துகொள்ள முயற்சித்தால், அவருடைய ஈகைக்குணம் ஏமாளித்தனமாகவே நமக்குப் படும்.

ஒருவரது கோபத்தை ஏற்றுக் கொண்டால் அன்றி அவர் கோபப்படுகிறபோது அமைதியாக இருக்கவேண்டும் என்றோ அல்லது அவரைச் சமாதானப்படுத்த வேண்டும் என்றோ ஒரு யோசனை தோன்றும். இல்லையென்றால் ஆரம்பத்தில் அவரைப் புரிந்து கொள்ள முயற்சித்தாலும் அல்லது அந்தப் பெண்ணை புரிந்துகொள்ள முயற்சித்தாலும் ஒரு கட்டத்திற்குப் பிறகு வேறு வழியில்லாமலோ, பல்லைக் கடித்துக்கொண்டோ அந்த கோபத்தைப் பொறுத்துக் கொள்ள வேண்டியிருக்கும். இதற்குப் பெயர் புரிந்துகொள்ளல் அல்ல.

ஒருவரைப் புரிந்துகொண்ட பிறகு ஏற்றுக் கொள்ளலாம் என்பது சில நிபந்தனைகளுக்குட்பட்டது, இன்னும் சொல்லப்போனால் சில சௌகரியங்களுக்குட் பட்டது. ஆனால் ஏற்றுக்கொண்ட பிறகு அவரைப் புரிந்து கொள்ள முயற்சிப்பதுதான் அன்பின் வழிநிற்பது, அது எந்த எதிர்பார்ப்புகளையும் தனக்குள் வைத்துக் கொள்ளாதது.

இன்னும் வெளிப்படையாகச் சொல்லப் போனால் ஒரு மனிதரை முழுமையாக புரிந்துகொண்டபின் அவரை ஏற்றுக்கொள்ள முடியாது.

காரணம் நாம் எதிர்பார்க்கக்கூடிய, நாம் சரியென்று சொல்லக்கூடிய எல்லா விஷயங்களும் இன்னொருவரிடம் நூறு சதவீதமும் இருக்கும் என்று சொல்லவே முடியாது. அப்படி ஒரு வாழ்க்கை இங்கு கிடையாது. ஆக ஒருவரை ஏற்றுக் கொண்ட பிறகு, அவரது இடத்தில் இருந்து அவரைப் புரிந்துகொள்வதற்கான சாத்தியக்கூறுகள் அதிகரிக்கின்றன. எனக்கு ஏற்றார்போல் நீ இருக்கவேண்டும் என்ற கட்டளை களைத் தாண்டி, 'நீ எப்படியிருக்கிறாயோ அப்படியே இரு உன்னுடைய இடத்திலிருந்து நான் உன்னை புரிந்து கொள்ள முயற்சிக்கிறேன்' என்கிற பாங்கு ஆரோக்கியமானது. இன்றைக்கு நிறைய உறவுகள், நிறைய காதல்கள், நிறைய திருமண வாழ்க்கை ஆகியவை பாதியிலேயே முறிந்துபோவதின் பின்னணியில் வெறும் புரிந்துகொள்ள முயற்சித்தல் மட்டுமே நடந்துகொண்டிருக்கிறது.

ஒருவரை ஏற்றுக்கொள்ளுதல் என்ற நிபந்தனையற்ற, கட்டளைகளற்ற அன்பு சார்ந்த மனநிலையில் இருந்து வழுவி, ஒருவரைப் புரிந்துகொள்ள மட்டுமே முயற்சிக்கிறபோது அந்த முயற்சி தோல்வியில் முடிகிறது. ஒருவர் சுயமரியாதைக் கொள்கையில் ஊறித் திளைத்தவராக இருப்பார். இன்னொ ருவர் அதற்கு நேர்மாறான விஷயங்களில் ஈடுபாடு கொண்டவ ராக இருக்கக்கூடும். இப்படிப்பட்ட இருவர் ஒருவரை. யொருவர் ஏற்றுக்கொள்ளாமல் எப்படி புரிந்துகொள்ள முடியும். அடுத்தவர் காலில் விழுவது அவமானம் என்று சிந்திக்கக்கூடிய ஒரு சுயமரியாதைக் கொள்கைக்காரரை நேசிக்க, அவரை நீங்கள் ஏற்றுக்கொண்டாக வேண்டிய அவசியம் இருக்கிறது. மறுபக்கம் யாரைப்பார்த்தாலும் ஆசிர்வாதம் வாங்க வேண்டும் என்று பெரியவர்கள் காலில் விழுகிறவர்களைப் புரிந்துகொள்ள, முதலில் அவர்களை ஏற்றுக்கொள்ள வேண்டும்.

மாறாக ஏற்றுக்கொள்ளாமல் புரிந்துகொள்ள முயற்சித் தால், காலில் விழுவது கேவலமாகவும், காலில் விழமறுப்பது திமிராகவும் தெரியும். சுயமரியாதை என்ற பார்வையில் பார்க்கப்பட வேண்டிய ஒன்று திமிராகவும், பணிவு என்ற பார்வையில் பார்க்கப்பட வேண்டிய ஒன்று அடிமைத்தன மாகவும் தோன்றுவதற்கு உளப்பூர்வமாக ஒருவரை

ஏற்றுக்கொள்ளாமல் இருத்தலே காரணமாகும். ஒரு குழந்தையை நாம் முதலில் ஏற்றுக்கொள்ளுகிறோம் அதன் பிறகு அந்தக் குழந்தையினுடைய சுட்டித்தனம், அது எங்கே அழும், எங்கே சிரிக்கும், எது பிடிக்காது, எது பிடிக்கும் என்பதை புரிந்துகொள்ள முயற்சிக்கிறோம். அதை ஏற்றுக்கொண்ட பிறகு புரிந்துகொள்ள முயற்சிக்கிற காரணத்தினால்தான், அதனுடைய குறும்புத்தனத்தையும் சுட்டித்தனத்தையும் பொறுத்துக் கொள்கிற, சரி, தவறு என்று புரியவைக்க முயற்சிகள் நம்மிடமிருந்து நடக்கிறது. மாறாக அந்தக் குழந்தையை நாம் ஏற்றுக் கொள்ளாத பட்சத்தில், அது செய்கிற எல்லாமும் நமக்கு தவறாகவே தெரியும். காதலில்கூட அப்படித்தான் ஒரு மனிதரை அன்பின் அடிப்படையில் ஏற்றுக்கொண்ட பிறகு, அவரது குணாதிசயங்களை அளவுக்கு மீறி ஆராய்கிற, கணக்குப்போடுகிற மனநிலை குறைந்துவிடும்.

மாறாக அவருடைய குணாதிசயங்களைப் புரிந்துகொள்கிற மனநிலை நமக்கு வரும். ஆனால் இன்றைய காலகட்டத்தில் ஒருவர் ஒருவரை புரிந்துகொள்ள முயற்சிக்கிறார்கள், ஆனால் ஏற்றுக்கொள்ளாமல், புரிந்துகொள்ள முனைகிறபோது, ஒரு கட்டத்தில் இது ஒத்துவராது என்ற உணர்வு வந்துவிடுகிறது.

இன்றைக்கு ஒவ்வொருவரும் தங்களுடைய சுய அடையாளங்கள், சுய கொள்கைகள் சார்ந்த விஷயங்களில் தீவிரமாக இருக்கிறார்கள். உண்மையில் ஒரு வளர்ந்த சமூகத்தின் நல்ல குறியீடு இது. இதனை இன்னொரு தரப்பில் இருக்கிற ஆணோ பெண்ணோ ஏற்றுக்கொள்ள தயாராக இருக்கிறபோதுதான், அவரை புரிந்து கொள்ள முடியும். இருபதாண்டு காலம் நன்கு வாழ்ந்த ஒரு தம்பதியிடம் நீங்கள் தனிப்பட்ட முறையில் பேசிக் கொண்டிருந்தால், அவர்கள் ஓர் உண்மையை உங்களுக்குச் சொல்லக்கூடும்.

அவரை நான் அன்பின் அடிப்படையில் ஏற்றுக் கொண்டேன். அதன்பிறகு அவரைப் புரிந்துகொண்டேன். அவரை நான் அன்பின் அடிப்படையில் ஏற்றுக்கொண்டதால் நான் அவரைப் புரிந்துகொள்ளும் பார்வையே மாறியது. அந்தப் பார்வையிலிருந்து அவருக்கு அல்லது அந்தப் பெண்ணுக்குத் தேவைப்படக்கூடிய விஷயத்தை நான் சொன்னபோது எதிர்தரப்பில் இருக்கிறவரும் ஏற்றுக்கொள்ளும் மனநிலையில் இருந்தார். புரிதல் என்பது ஏற்புக்குப் பிறகு நடக்கிறபோது, அது இயல்பாக இருக்கிறது. இது ஒரு தலைகீழ் பாடம் போலத் தெரிந்தாலும் எதார்த்தம் என்பது இதுதான்.

23

ஜன்னலைத் துடையுங்கள்!

இந்த உலகம் தூய்மையாக தெரிய வேண்டும் என்று ஆசைப்பட்டால் முதலில், உங்கள் உள்மனதின் கசடுகளைக் களைந்து எறியுங்கள். அடுத்தவர்கள் கெட்டவர்கள்தான் என்று நாமாக நம்புவதற்கான முதல் காரணம் நம்முடைய மனதின் அழுக்குதான்.

ஒரு தம்பதி புதிதாக ஒரு வீட்டுக்கு குடிபோயிருந்தார்கள். மறுநாள் காலை வீட்டில் அவர்கள் உட்கார்ந்து சாப்பிட்டுக் கொண்டிருந்தபோது, பக்கத்து வீட்டு பெண்மணி கொடியில் தன் வீட்டுத் துணிகளைக் காயப்போட்டுக் கொண்டிருந்தார். அதைப் பார்த்த இந்தப் பெண், கொடியில் காயப்போடப்படும் துணிகள் எதுவும் தூய்மையாகவேயில்லை, மங்கலாக இருக்கின்றன என்று தன் கணவனிடம் குறைபட்டுக் கொண்டாள். அதற்கு பிறகு தினந்தோறும் தன்வீட்டு ஜன்னல் வழியே, பக்கத்துவீட்டுப் பெண் துணி காயப்போடுவதைப் பார்ப்பதும், அந்தத் துணிகள் சுத்தமாக இல்லை என்பதைத் தன்னுடைய கணவனிடம் தெரிவிப்பதுமாக இருந்தாள் அந்தப் பெண்.

ஒரு மாதத்திற்குப் பிறகு ஒருநாள் திடீரென்று, அவளுடைய வீட்டுக்குள்ளிருந்து பக்கத்துவீட்டுக் கொடி களைப் பார்த்தாள். துணிகள் பளீரென்று, தெளிவாக, அழுக்கின்றி இருந்தன. ரொம்பவும் ஆச்சர்யமாக தன்னுடைய கணவனைக்கூப்பிட்டு அவள் காண்பித்தாள். "கிட்டத்தட்ட ஒரு

மாதமாக நானும் பார்த்துக்கொண்டிருக்கிறேன். பக்கத்துவீட்டு பெண் ஒழுங்காகவே துணிகளைத் துவைக்காமல் இருந்தாள். இப்போது ஒழுங்காக துணிதுவைக்கக் கற்றுக்கொண்டாள் போலும். இன்றைக்குப் பாருங்கள் துணிகள் வெண்மையாக, தூய்மையாக இருக்கின்றன'' என்று தன் கணவனிடம் காட்டினாள்.

கணவன் மெலிதாக ஒரு சிரிப்பு சிரித்துவிட்டு, “இன்று அதிகாலையிலேயே நான் எழுந்து, நம்முடைய வீட்டு ஜன்னல் கம்பிகளையும், ஜன்னலையும் சுத்தம் செய்தேன். அதன் வழியாக இப்போது நீ பார்க்கிறாய்'' என்று சொன்னான். மனைவி வாயடைத்துப்போனாள். இத்தனைநாள் பக்கத்துவீட்டுக் கொடியில் காயப் போடப்படும் துணிகள் அழுக்காக இருக் கிறது என்று நினைத்துக் கொண்டிருந்த அவள், தன் வீட்டு ஜன்னல் வழியே பார்க்கிறபோது அது அழுக்காக தெரிந்தது, இன்றோ தன்னுடைய ஜன்னலை சுத்தம் செய்துவிட்டு பார்க்கிறபோது அந்த துணிகளின் உண்மையான வெண்மை யும் தூய்மையும் தெரிகிறது என்பதை அப்பொழுதுதான் அவளால் உணரமுடிந்தது.

பலநேரங்களில் இன்னொருவர் பற்றி நாம் வைக்கிற அபிப்பிராயம், இன்னொருவர் தரம் குறித்து நாம் வைக்கிற கருத்து நாம் பார்க்கிற ஜன்னலின் அழுக்கைப் பொறுத்ததாக இருக்கிறது அல்லது தூய்மையைப் பொறுத்ததாக இருக்கிறது என்பதற்கு இந்தக் கதையை ஓர் உதாரணமாக சொல்லமுடியும். நமக்கு நிகழ்கிற சம்பவங்கள் அல்லது நாம் பார்க்கிற சம்பவங்கள், நம்மைக் கடந்து போகிற மனிதர்கள், நம்மோடு பழகுகிறவர்கள், நமக்குப் பழக்கமில்லாதவர்கள் இப்படி எவர்குறித்தும், எது குறித்தும் நாம், நம்முடைய அழுக்கு ஜன்னலின் வழியே பார்க்கிறபோது தவறுகளே மிச்சமாகத் தெரிகின்றன. அவையே புலப்படுகின்றன.

எல்லாவற்றிலும் தவறு இருக்கிறது, எல்லா நிகழ்வுகளுக் குப் பின்னாலும் தவறு இருக்கிறது. எல்லா மனிதர்களும் கெட்டவர்கள் என்கிற ஒரு பொதுப்புத்தி இப்போது அதிகரித்துக் கொண்டே போவதற்கு உலகம் சுயநலமானதாக மாறிக்கொண்டு இருப்பது மட்டும் காரணம் இல்லை. நம்முடைய பார்வையிலும் தவறுகளும், கோளாறுகளும் இருக்கின்றன.

இந்த உலகத்தில் எல்லோரும் கெட்டவர்கள் என்று ஒரு பொது அபிப்பிராயம் இருப்பதும், நடக்கக்கூடிய எல்லாக்

காரியத்திற்குப் பின்னாலும், ஏதோ ஒரு எதிர்பார்ப்பு இருக்கிறது என்று நாம் முழுமையாக நம்புவதும்கூட நம்முடைய பார்வையை ஒட்டிய விஷயம்தான். ஒரு நல்ல மனிதன் உண்மையாக உதவி செய்தால்கூட, அவன் காரணமில்லாமல் அந்த உதவியை செய்திருக்க மாட்டான் என்று சந்தேகிப்பதும், ஒரு எளிய மனிதனுடைய பணிவை ஏமாற்றுவேலை என்று யோசிக்க வைப்பதும்கூட நாம் பார்க்கிற பார்வையோடு தொடர்புடைய விஷயங்கள்தான். அதற்காக இன்றைக்கு இருக்கக்கூடிய காலகட்டத்தில் எல்லோரையும் நம்புவதோ அல்லது எல்லா செயலுமே இயல்பாகத்தான் நடக்கிறது என்று பொத்தாம்பொதுவாக முடிவெடுப்பதோ நடக்காத காரியம் என்றாலும்கூட, நான் எல்லாவற்றையும் கவனமாகப் பார்க்கிறேன் என்றோ அல்லது என்னுடைய மனசிக்கல்களை உள்வைத்துக் கொண்டு இந்த உலகத்தைப் பார்க்கிற காரணத்தினாலோ, சாதாரண விஷயம்கூட தவறாகப்படுவதற்கான வாய்ப்புகள் அதிகம். அந்த ஒரு காரணத்தினாலேயே அவ்வளவும் தவறாக இருக்கிறது என்ற முடிவுக்கு வரமுடியாது. எல்லா நேரமும் 'எலி ஏன் அம்மணமா ஓடுது' என்று சந்தேகித்துக்கொண்டே இருக்க முடியாது.

இன்னொரு பக்கம், நானும் என் சார்ந்தவர்கள், மற்றவர்கள் அப்படி கிடையாது என்று நினைப்பதும் நம் ஜன்னல் அழுக்கின் பிம்பம்தான். ஒரு நிகழ்ச்சியில் "வேலைக்குச் செல்கிற பெண்கள் எல்லோரும் திமிர்பிடித்தவர்களாகவே இருப்பார்கள், அவர்களுக்கு பணம் கைக்கு வந்தவுடன் அகங்காரம் வந்துவிடும்" என்று ஒரு நண்பர் சொன்னார். "உங்கள் வீட்டில் உங்கள் அக்கா வேலைக்குப் போகிறார்களா?" என்ற கேள்விக்கு அவரிடம் "ஆம்" என்று பதில் வந்தது. "அவர்கள் அப்படித்தான் மாறிப்போனார்களா? அவர்கள் திமிர் பிடித்தவர்களாக இருக்கிறார்களா" என்ற கேள்வி முன்வைக்கப்பட்டபோது, அவர் சற்றுத் தடுமாறினார்.

"இல்லை என்னுடைய சகோதரி அப்படி கிடையாது. ஆனால் பொதுவாக வேலைக்குச் சென்று பணம் சம்பாதிக்கிற நிலை ஏற்படுகிறபோது ஒரு பெண்ணுக்குத் திமிர் வந்துவிடும்" என்று அவர் சொன்னார். தன்னுடைய சகோதரி நல்லவளாக இருப்பாள் என்று நம்புகிற அவரால், தன்னுடைய சகோதரி திமிர்பிடித்தவளாக இருக்கமாட்டாள் என்று சொல்லுகிற அவரால், மற்றவர்களை அதே பார்வையால் பார்க்க முடியாததற்கான காரணம், அவர் உருவாக்கி வைத்திருக்கக்கூடிய

பிம்பங்களால் ஏற்பட்டது. உங்களுடைய சகோதரி, தவறு செய்ய மாட்டார், பணம் வந்த பிறகு திமிராக மாறமாட்டார் என்பது உண்மையாக இருந்தால், இன்னொரு சகோதரியும் அப்படித்தான் இருப்பார் என்று அவருக்குப் புரிய வைப்ப தற்குள் சிரமமாகிவிட்டது. காரணம் எல்லோர் மனதுக்குள்ளும் நாமாக உருவாக்கிக் கொண்ட ஒரு அழுக்குத்திரையும், அழுக்கு ஜன்னலும் இருந்துகொண்டே இருக்கிறது. அதன் வழியே இந்த உலகத்தைப் பார்த்துக் கொண்டு எல்லாமே தவறென்று தீர்மானமாக நம்பிக்கொண்டிருக்கிறோம்.

இந்த உலகம் தூய்மையாக தெரிய வேண்டும் என்று ஆசைப்பட்டால் முதலில், உங்கள் உள்மனதின் கசடுகளைக் களைந்து எறியுங்கள். அடுத்தவர்கள் கெட்டவர்கள்தான் என்று நாமாக நம்புவதற்கான முதல் காரணம் நம்முடைய மனதின் அழுக்குதான். மனதினுடைய கசடுகளையும், மனதின் குரோதங்களையும் வன்மங்களையும் ஒதுக்கிவிட்டு, பொறாமை உணர்வை ஒதுக்கிவிட்டு, அடுத்தவன் கெட்டவன் என்று தீர்மானித்துக்கொண்ட மனநிலையை ஒதுக்கிவிட்டு, காற்று உள்ளே புகுந்து வெளியே வரக்கூடிய அளவிற்கு மனதை இயல்பாகவும் லேசாகவும் வைத்திருங்கள். அப்படிப்பட்ட ஒரு மனநிலையில் இருப்பதே ஓர் ஆனந்தமான அனுபவத்தைத் தரும். அந்த ஆனந்தமான அனுபவத்திலிருந்து ஒருவரைப் பார்க்கிறபோது நமக்கு கிடைக்கக்கூடிய அனுபவம் புத்துணர்ச்சி உடையதாக இருக்கும்.

எவரைப் பார்த்தாலும் அவர் கெட்டவராகத்தான் இருப் பார். அநேகமாக இந்த ஒரு காரியத்தை நம்மிடம் நடத்திக் கொள்வதற்காகத்தான் அவர் நம்மை சுற்றிவருகிறார் என்ற சந்தேகங்களோடு மனிதர்களைப் பார்க்காமல், அதே நேரத்தில் உண்மையிலேயே தவறு எது, சரி எது என்று புரிந்துகொள்கிற மனநிலை நமக்கு ஏற்படவேண்டும் என்றால், நம்முடைய மனதின் கசடுகளைக் கழற்றி எறிய வேண்டும். எப்போது நாம் தூய்மையாக இருந்துகொண்டு இந்த உலகத்தைப் பார்க்கி றோமோ அப்போது உண்மையான அழுக்கு எது? உண்மை யான தூய்மை எது என்பதைப் புரிந்துகொள்ள முடியும். ஆனால் மனது முழுக்கக் கசடும் அழுக்கும் நிறைந்திருக்கும் போது, எந்த ஒரு நல்ல விஷயத்தையும் நல்ல விஷயம் என்கிற பார்வையிலிருந்து பார்க்கமுடியாது. உடனடியாய் அந்த கதையில் வருவதுபோல, ஜன்னலை சுத்தம் செய்து கொள் வோம். அதன் வழியாய் இந்த உலகத்தைப் பார்ப்போம்.

24. நாம் உணர்வுவயப்பட்டவர்களே!

நாம் ஏற்றுக்கொண்டாலும் இல்லாவிட்டாலும், நாம் உணர்வுவயப்பட்ட, உணர்வுகளுக்கு மரியாதை கொடுக்கக்கூடிய ஒரு பின்னணியில் இருந்து வந்தவர்கள் தான். அதற்காக நாம் வெட்கப்படத் தேவையுமில்லை, அது அவசியமுமில்லை.

சமீபத்தில் ஒரு பள்ளிக்கூட நிகழ்வுக்கு போயிருந்தபோது நிறையபேர் கேட்ட கேள்வி, 'அப்பா பிள்ளைகளுக்கு இடையே ஏன் உறவுநிலை இப்போது சுமுகமாக இல்லை' என்பது. இதை பிள்ளைகளும் கேட்டார்கள். அப்பாக்களும் கேட்டார்கள். அடுத்து கேட்கப்பட்ட முக்கியமான கேள்வி. 'மாணவர்களுக்கும்-ஆசிரியர்களுக்கும் இடையே நல்லுறவைப் பேண என்ன வழி இருக்கிறது' என்பது. இப்படியான கேள்வி அடிக்கடி கேட்கப்படுவதுதான் என்றாலும்கூட, சமீபகாலமாக அடிக்கடி இது பற்றி விவாதிக்கப்படுகிறது. உண்மையிலேயே அந்த கேள்வியைக் கேட்ட அனைவருக்கும், அது அப்பாவாக இருந்தாலும் சரி, பிள்ளையர்க இருந்தாலும் சரி, ஆசிரியராக இருந்தாலும் சரி, மாணவனாக இருந்தாலும் சரி... உறவு சுமுகமாக இருக்கவேண்டும், நன்றாக இருக்கவேண்டும், அன்போடு இருக்கவேண்டும் என்ற ஆசை இருக்கிறது. ஆனால் நாளுக்குநாள் அந்த உணர்வுகள் சிடுக்குகள் நிரம்பியதாக, பிரச்சினைகள் கொண்டதாக மாறிக்கொண்டே இருக்கிறது. இந்த உறவுதான் என்றில்லை, நிறைய உறவுகளுக் கிடையே பழைய அளவுக்கான, உணர்வு ரீதியான பரிமாற்றம் குறைந்து, ஏதோ வேறு வழியில்லாமல் அந்த மரியாதையை கொடுக்க வேண்டியிருப்பதைப் போன்ற ஒரு தோற்றத்தை பார்க்க முடிகிறது. மாமியார்-மருமகள் உறவில் தொடங்கி பல்வேறு உறவுகள் சிக்கல் நிறைந்தவை என்பது போன்றே முன்வைக்கப்படுகின்றன. மாமியார்-மருமகள் என்றாலே அது சிக்கலுக்கு உரிய

உறவாகத்தான் இருக்கமுடியும் என்பது போன்ற ஒரு தோற்றத்தை பல வருடங்களாக இங்கு சொல்லிக்கொண்டே இருப்பதனாலேயோ என்னவோ அது அப்படியே ஆகிப்போயிருக்கிறது. இன்னொரு பக்கம், தந்தைக்கும் மகனுக்கும் இடையில் இருக்கக்கூடிய இடைவெளியை சமீபகால பழக்கவழக்கங்கள், கல்வி, குடும்ப சூழ்நிலை, அணுகுமுறை மாற்றம் போன்றவை குறைந்துவிட்டதாக நாம் சொல்லிக்கொண்டிருந்தாலும் கூட, அந்த உறவிலும் இன்னமும் பல்வேறு விதமான மேம்பாடுகள் நடைபெற வேண்டியிருக்கிறது.

ஆசிரியர்களுக்கும் மாணவர்களுக்கும் இடையே இடைவெளி தொடர்ந்து அதிகரித்துக் கொண்டே போவதாக, இரு தரப்புமே வருத்தப்படுகிறார்கள். என்ன காரணம்?. ஆசிரியர் என்பவர், எனக்கு பாடம் சொல்லித்தருகிறவர், அவருக்கும் எனக்கும் இடையேயான உறவு என்பது மாணவன்- ஆசிரியர் என்பதோடு முடிந்து விடுகிறது. எனக்கு பாடம் சொல்லித் தருவதற்கான பணத்தை நான் நிர்வாகத்திற்கோ அவருக்கோ கொடுத்துவிடுகிறேன் என்ற மனநிலை இப்போது மாணவர்கள் மத்தியில் விதைக்கப்பட்டிருக்கிறது. அதனாலே யோ என்னவோ, பழைய மாதிரியான உணர்வு ரீதியான நெருக்கம், ஆசிரியர்களோடு அவர்களுக்கு ஏற்படுவதில்லை. இன்னொரு பக்கம் மாணவனுடைய, தனிப்பட்ட விசயங்களில் பங்கெடுத்துக் கொள்ளுதல், அவர்களுக்கு துணைநிற்றல், தனிப்பட்ட முறையில் ஒரு மாணவன்மீது அக்கறை செலுத்து தல் என்பதற்கான நேரம், காலம், அவகாசம் ஆசிரியர்களுக்கும் இல்லை என்பதும் பெரும் சிக்கல்.

இன்றைக்கு இருக்கக்கூடிய கல்வி முறை, ரிசல்டை நோக்கிய பயணம் போன்றவை மாணவர்களுக்கும் ஆசிரியர்களுக்கும் இடையிலான உணர்வுரீதியான நெருக்கத்தை குறைத்து விட்டது என்பதை மறுக்க முடியாது. ஒருமுறை தொலைக் காட்சி நிகழ்ச்சியில், ஆசிரியர் என்பதைக் குறிப்பதற்காக மாணவர்கள், ஸ்டாஃப் (staff) என்ற ஆங்கில வார்த்தையை பயன்படுத்திக் கொண்டே இருந்தார்கள். அவர்களை நீங்கள் ஸ்டாஃப் என்று சொல்லக்கூடாது, உங்கள் ஆசிரியரை எப்படி அப்படி சொல்ல லாம்? என்று பலமுறை அறிவுறுத்தியும்கூட, அவர்களை அறியாமலேயே ஸ்டாஃப் என்ற வார்த்தைத்தான் அவர்களுடைய வாயிலிருந்து வந்தது. ஒரு நிர்வாகம் தன்னிடம் பணி செய்கிறவரை குறிப்பிடுவதற்கு சொல்லும் வார்த்தையை ஒரு மாணவரும் பயன் படுத்துகிற அளவுக்கு, இன்றைய காலமாற்றம் நடந்திருக்கிறது.

அப்பாக்களின் அட்வைஸ் அர்த்தமற்றது என்பது

133

போலவும், அம்மாக்கள் என்றால் அவர்கள் உணர்ச்சிவசப்பட்டுக் கொண்டே இருப்பார்கள் என்பதுபோலவும், உறவுக்காரர்களால் எப்பொழுதும் புண்ணியம் இருப்பதே இல்லை என்பது போலவும் தொடர்ச்சியாக சில கருத்தாக்கங்கள் முன்வைக்கப்படுகின்றன. அப்படி உணர்வுவயப்பட்ட நிலையில் பேசக்கூடியவர்கள், அன்பை வெளிப்படுத்தி பேசுகிறவர்கள், உணர்வை வெளிப்படுத்தி பேசுகிறவர்கள், பழைய மனிதர்கள் என்றொரு பார்வையும் முன் வைக்கப்படுகிறது. படித்த சமூகம் உணர்வுகளை வெளிப்படுத் தாத, தனக்குள் அதை இறுக்கிக்கொள்கிற சமூகமாக இருக்க வேண்டும், என்பது போன்ற ஒரு பாவனை நமக்கு திணிக்கப் பட்டிருக்கிறது. அநேகமாய் உணர்வுப்பூர்வமான ஒரு சமூகமாக, உணர்வுகளை வெளிக்காட்டுகிற ஒரு சமூகமாக இருப்பது பழைய பாணி என்று சமீபகாலமாக நமக்கு தோன்ற ஆரம்பித்திருக்க லாம். நாம் ஏற்றுக்கொண்டாலும் இல்லாவிட்டாலும், நாம் உணர்வுவயப்பட்ட, உணர்வுகளுக்கு மரியாதை கொடுக்கக்கூடிய ஒரு பின்னணியில் இருந்து வந்தவர்கள்தான். அதற்காக நாம்

வெட்கப்படத் தேவையுமில்லை, அது அவசியமுமில்லை. உறவுகளுக்கு முக்கியத்துவம் கொடுப்பது, உறவுகளை நேசிப்பது, மனிதர்களுக்கிடையிலான, உணர்வு ரீதியான பகிர்தலுக்கு முக்கியத்துவம் கொடுப்பது என நாம் வளர்ந்திருக்கிறோம். ஒவ்வொரு சமூக அமைப்பும் அதனுடைய வாழ்வியல் சூழலுக்கு ஏற்ப சில தன்மைகளையும், சில குணங்களையும் கொண்டிருக் கிறது. அதற்கு விரோதமாக மெனக்கெட்டு செயல்படுவதற்குப் பெயர்தான், நவீனமென்றோ வித்தியாசமென்றோ நாம் புரிந்துகொள்ள வேண்டியதில்லை. நம்முடைய சமூக அமைப்பில் ஒரு சராசரி மனிதன் மேலே வருவதற்குப் பின்னால், உணர்வுப்பூர்வமான இணைப்பு என்பதும், உணர்வுப்பூர்வமான அம்சங்கள் என்பதும் நிரம்பியே கிடக்கிறது. ஒரு தனிமனித னுடைய வளர்ச்சிக்குப் பின்னால், சம்பந்தமே இல்லாத மனிதர் களுடைய தியாகம், அன்பு, உணர்வு என ஆயிரம் விஷயங்கள் இருக்கவே செய்கின்றன. அப்படியான ஒரு சமூகப் பின்னனியில் இருந்து வந்த நாம், உணர்வுகளுக்கு முக்கியத்துவம் கொடுக்கிறவர்களாக இருப்பதில் ஒன்றும் தவறு கிடையாது.

அந்த நிலையில் இருந்து பார்க்கிறபோது மட்டும்தான், தந்தைக்கும் மகனுக்குமான உணர்வு, ஆசிரியருக்கும் மாணவர் களுக்கும் இடையிலான உறவு, ஓர் அலுவலகத்தில் பணி செய்கிற ஒருவருக்கும், அவரோடு பணிசெய்கிற இன்னொருவருக்குமான உணர்வு என்பவை மதிக்கப்படும். மாறாக உன்னால் எனக்கு என்ன ஆகிறது, என்னால் உனக்கு என்ன ஆகிறது, என்கிற ஒரு வணிக ரீதியிலான, வியாபார அடிப்படையிலான உறவுகள், பேசுவதற்கு நன்றாக இருக்கலாம். ஆனால் பழகுவதற்கு ஒரு சுவையற்ற, அர்த்தமற்ற ஓர் உறவாகவே இருக்க முடியும்.

சமீபத்தில் விமான நிலையமொன்றில், உணவுப் பொருட்கள் விற்கும் கடையில் வேலை செய்யும் ஒருவரை சந்திக்க நேர்ந்தது. அவர், ‘வெளிநாடுகளில் தங்கள் குடும்பத்தைப் பிரிந்து வேலை பார்க்கிற, கஷ்டப்படுகிற மனிதர்களின் வாழ்க்கையைப் பற்றி ஒரு நிகழ்ச்சி செய்யுங்கள்’ என்று வேண்டுகோள் விடுத்தார். அவர் சில விஷயங்களைப் பேசுகிறபோது அவருடைய கண்கள் பனித் தன. திருமணமாகிவிட்டு ஒரே மாதத்தில் வெளிநாடு செல்கிறவர்கள், குழந்தை பிறந்து பத்துநாள்கூட அந்தக் குழந்தையோடு விளை யாட முடியாமல், வேலை நிமித்தமாக வெளிநாடுகளுக்குப் போகிறவர்கள் என்று பலபேருடைய கதைகள் அவரிடம் இருந்தன. இப்படியான மனிதர்களை நான் சந்திக்கிறபோது, என்னுள் நிகழும் மாற்றங்களால் நான் மனிதனாகிறேன் என்று அவர்

சொன்னார். அந்த மனிதரை எனக்கு மிகவும் பிடித்துப்போனது. உங்களுக்கும் கூட அவரை நிச்சயமாய் பிடிக்கும். பிள்ளையை பள்ளியில் போய் விட்டுவிட்டு, சாயந்திரம் நான் கூட்டிக்கொண்டுபோக வருவேன் என்று பொய் சொல்லிவிட்டு, இதோ வெளிநாட்டுக்கு கிளம்பிப்போகிறேன். வேலையிருக்கிறது, பணம் சம்பாதிக்கவேண்டும் வேறு என்ன செய்ய முடியும் என்று சொல்லி அழுத ஒரு பயணியின் கதையைச் சொன்னபோது அவர் அழுதேவிட்டார். அந்த விற்பனைப் பிரதிநிதிக்கும், அந்த வெளிநாட்டுக்குப் போகிற பிள்ளையைப் பிரிந்த அப்பாவுக்கும் என்ன தொடர்பு இருக்கிறது, ஏதோ ஒன்று இருக்கிறது, அதனால்தான், அவரால் அடுத்தவர்கள் மீது கரிசனப்பட முடிகிறது. இதெல்லாம் கேட்பதற்கு பழைய கதைபோல இருந்தாலும், இப்படியான மனிதர்கள்தான் வாழ்க்கையை அர்த்தப்படுத்துகிறார்கள். அப்படியான உணர்வுகளை மதிக்கிற ஒரு மனிதனாக இருப்பது ஒன்றும் பிற்போக்குத்தனமில்லை. அது மனித வாழ்வியலின் அழகு. இன்னொரு மனிதனை நாம் நேசிப்பதற்கான அடையாளம். இந்த சமூகம் அப்படியான மனிதர்களைத் தான் கடந்து வந்திருக்கிறது, நாமும் அப்படியான மனிதர்களுடைய அன்பால்தான் வளர்ந்திருக்கிறோம்.

மாறிக்கொண்டே இருக்கிற நம்முடைய வாழ்வியல் சூழ்நிலைகள் உணர்வுகளுக்கு முக்கியத்துவம் குடுக்கக்கூடிய நம் குணத்தையும்கூட சிதைத்துக்கொண்டே இருக்கிறது. அதற்கு புதுமை என்றும், நவீனம் என்றும் நாம் பெயர் வைத்துக் கொண்டே இருக்கிறோம். நம் யதார்த்தமான உணர்வுகளைக் காலத்திற்கு ஏற்ப கொஞ்சம் கூர்மைப்படுத்திக் கொள்வதும், செழுமைப்படுத்திக் கொள்வதும் சிறப்பாக இருக்கலாம். ஆனால் உள்ளார்ந்து நாம் நேசிக்கக்கூடிய விஷயத்தை, வேண்டுமென்றே புறந்தள்ளிவிட்டு வேறொரு வடிவம் எடுப்பது நடிப்பதற்கு சமமானது. அது இயல்பானது கிடையாது. நாம் யார் என்ற அடையாளத்தை ஒருநாளும் நாம் இழிவாக பார்க்க வேண்டி யதில்லை. உறவுகளின் பெயர் சொல்லி மனிதர்களுடன் பழகுகிற உணர்வுப்பூர்வமான சமூகம் நம்முடைய சமூகம். நாம் அப்படியே இருப்போம். நம்மை பழமைவாதிகள் என்று அடுத்தவர் சொன்னாலும் பரவாயில்லை. நாம் மனிதர்களாக இருப்பது அடுத்தவர்களுக்கு பழமையாக தெரிந்தால், அந்த பழமையை கையில் வைத்துக்கொள்வோம், மனிதர்களாகவே இருப்போம்.